காவிரிக் கரையில் அப்போது...

தங்க. ஜெயராமன்

க்ரியா

Cre-A: is a contributor to Bookshare, the world's largest online digital library for people with print disabilities.

Kaavirik Karaiyil Appothu... *a collection of essays in Tamil by*
Thanga. Jayaraman

© Thanga. Jayaraman

First Edition: January 2017

Published by
Cre-A:
New No. 2, Old No. 25
17th East Street
Kamarajar Nagar
Thiruvanmiyur
Chennai- 600 041.
Mobile: 72999 05950
Email: creapublishers@gmail.com
Website: www.crea.in

Printed at
Sudarsan Graphics Pvt. Ltd.,
Chennai- 600 017

ISBN: 978-93-82394-25-9

Price: Rs.180

என் மாணவர்களுக்கு

முன்னுரை	7
1 ஊடகங்கள் காணாத காவிரி	13
2 தீபாவளி: காவிரியில் குளித்தாலும் கங்கா ஸ்நானம்தான்	18
3 கார்த்திகை என்ற கார்காலத் திருவிழா	26
4 நெல்லைப் போற்றிய காலம் அது	31
5 மார்கழியின் மற்றொரு பக்கம்	37
6 பொங்கலும் புதிரும்	42
7 சங்க இலக்கியமாகும் கன்னிப் பொங்கல்	49
8 நெல்வளமும் சொல்வளமும்	53
9 பாலையைப் பொலியவைக்கும் சித்திரை நிலவு	59
10 தண்ணீரும் காவிரியே!	65
11 காவிரிக் கரையும் கட்டைவண்டியும்	72
12 உப்புக் கழுதைகள் எப்போது தொலைந்தன?	78
13 மண்ணைப் பொன்னாக்கிய பண்ணையாட்கள்	83
14 மண்வளம் போற்றும் மாதம்	90
15 கரை தொட்டு ஓடிய காவிரி	94
16 உற்பத்தியை அல்ல, உழவரை மையப்படுத்துங்கள்	99
17 மானாவாரியான சோழநாடு	104
18 வானத்தின் கீழேதான் வாழ்கிறோம்	108
19 ஐயனார் குதிரையும் அழகுணர்ச்சியும்	112
20 ஆங்கிலமும் நம் கல்வி முறையும்	117
21 பூதர மாவும் பொதுப்பணித் துறையும்	123
சொல் விளக்கம்	128

முன்னுரை

காவிரிப் படுகையின் ஒரு பகுதிக்குப் பழைய நஞ்சை என்று பெயர். சங்கத் தமிழின் 'மருதம்' என்ற சொல்லை இதனோடு பொருத்தலாம். எல்லாருக்கும் இருப்பது போலவே இந்தப் புவிப் பரப்பை வாழிடமாகக் கொண்ட மக்களுக்கும் மண்ணோடு உறவு உண்டு. அந்த உறவின் தன்மை இன்னது என்று மற்றவற்றுக்கு முன்பு நிச்சயிப்பது காவிரி. பண்பாட்டு வழக்கங்களாக இந்த உறவு வடிவம் பெற்றிருக்கும். பண்பாட்டுத் தளத்தில் இந்த வடிவங்களைக் காட்டுவதற்கான முயற்சி இந்தக் கட்டுரைகள். ஊடல் மருதத்துக்கு உரியது என்பது இலக்கிய மரபு. எங்கள் ஊர்ப் பெருமாள் கோயிலில் மட்டையடித் திருவிழா என்ற ஊடல் விழா கன்னிப் பொங்கலில் நடக்கும். இலக்கிய மரபு ஒன்று பண்பாட்டுத் தளத்தில் ஏற்கும் வடிவத்துக்கு இது எடுத்துக்காட்டு. இப்படி வடிவங்களைக் காட்டும்போது பருவங்கள்தோறும் இந்த மருத நிலம் என்னென்ன அடையாளங்களோடு வரும், போகும் என்பதையும் சொல்ல வேண்டியிருக்கிறது. மண்ணோடு வந்த உறவின் கூறுகளை இந்தப் பழைய நஞ்சையின் மொழி எப்படிக் கட்டமைத்துள்ளது என்பதை அதன் சொற்களே காட்டும். வாக்கியத்தின் சொற்களைக் கோக்கும் இலக்கணச் சரடு போலப் பண்பாட்டு வழக்கங்களைக் கோத்துக் காட்டுவது இந்த உறவு. கட்டுரைகள் பேசும் இரண்டு பொருட்களில் இது ஒன்று.

மற்றொன்று, இருந்த உறவுக்கு வந்த இடையூறுபற்றியது. இந்த உறவு சன்னமாக மாறுகிறது என்பதைவிட இற்றுப்போகிறது என்று சொல்வது பொருத்தமாக இருக்கும். வாழிடமாக இருக்கும் மண்ணுக்கு மனிதன் அந்நியமாகிறான். வானத்தின் கீழே இருந்துகொண்டே மண்ணுக்கு அந்நியமாவது எல்லா இடங்களிலும் நடப்பதுதான். காவிரிப் படுகையான மருதத்தில் அது என்ன வடிவம் ஏற்கிறது என்பதைக் காண்பது கட்டுரைகளின் முயற்சி. காவிரி ஆறு வெறும் நீராகிறது, மண் உற்பத்திக் காரணியாக இறங்கி, வேறு தளத்தில் நிலைபெறுகிறது, விவசாயம் தானிய உற்பத்திக்கான பொருளாதாரச் செயல்பாடு மட்டுமே என்றாகிறது. இவையும், மற்றவையும் காவிரிப் படுகையில் எடுத்துக்கொள்ளும் வடிவங்களின் விவரிப்பு முயற்சியே இந்தக் கட்டுரைகள்.

கல்லணையில் காவிரி மூன்றாகப் பிரியும். காவிரியும், அதன் இரண்டு கிளைகளில் ஒன்றான வெண்ணாறும் பாயும் பகுதி பழைய நஞ்சை. நான் வசிப்பது வெண்ணாற்றுப் பாசனப் பகுதி. வெண்ணாற்றுப் பாசனப் பகுதியைப் பற்றிய தகவல்கள் கட்டுரைகளில் கூடுதலாகத் தெரியும். ஆற்றை வைத்தா ஒரு பகுதியை வரையறுப்பது என்று நீங்கள் கேட்கலாம். புவிப் பரப்புக்கு இங்கே ஆறு காட்டுவதுதான் அனுபவத்தில் உள்ள வரையறை. வட்டம், மாவட்டம் என்பதெல்லாம் புவியியல், புவி அமைப்பியலுக்குப் பொருந்தாத, எதேச்சாதிகாரமான வரையறை. நாம் மண்ணோடு முரண்பட்டு அதற்கு அந்நியமாவதன் முதல் அடையாளம் இது.

பழைய நஞ்சையின் மக்கள் வடக்கில் கொள்ளிடத்துக்கு வடகரையிலிருப்பவர்களை வடக்கத்தியார்கள் என்றும் தெற்கில் ஆவுடையார்கோயிலுக்குத் தெற்கே இருப்பவர்களைத் தெற்கத்தியார்கள் என்றும் அழைத்துத் தங்களை வேறாகவே காட்டிக்கொள்வார்கள். வரைபடத்தில் இந்தப் பகுதியைக் கோடுபோட்டுக் காட்ட வேண்டிய சிரமம் இல்லை. மொட்டை மாடுகள் என்று சொல்லும் கொம்பு தீய்த்து, காது அறுத்த வண்டிமாடுகள் புழங்கும் பகுதி என்பதே இதன் சரியான அடையாளமாகும். இன்றைக்கும் இந்த நிலப் பரப்புக்கு இதை வாழிடமாகக் கொண்ட ஒரு விலங்கின் இருப்பு எல்லைகோலுகிறது என்பது முக்கியமான சங்கதி. பயணத்தின்போது நாம் ஒரு பகுதியின் எல்லையைக் கடப்பதை கண்ணில் படும் மாடுகள் சட்டென்று அடையாளம் காட்டும். மண்ணோடு இன்னும் ஒட்டிக்கொண்டிருக்கும் உறவுக்கு இது ஒரு அடையாளம். இந்தப் பகுதிக்கு மேற்கே இருக்கும் மாடுகளுக்குக் கொம்பு தீய்க்க மாட்டார்கள். அவற்றை மேற்கத்தி மாடு என்பார்கள்.

இவ்வாறே மற்றவற்றிலும் இந்தப் பகுதி எவ்வாறு தனக்கு எல்லை காட்டுகிறது என்பதைக் கட்டுரைகளில் சொல்கிறேன். மற்றவை பண்டிகைகள், திருவிழாக்கள், சமூக வழக்கங்கள், விவசாய முறைகள், சமூக உறவுகள், இப்படி எனக்குத் தெரிந்தவை.

சென்ற அறுபது ஆண்டுகளின் கால மாற்றத்தோடு எல்லாமே வேகமாக மாறியிருக்கின்றன. சில பழக்கங்கள் உள்கிராமங்களின் பழைய குடும்பங்களில் தொடர்ந்து இருக்கக்கூடும். இருந்தவற்றைக் கட்டுரைகளில் சொல்கிறேன். 'பழைய குடும்பங்கள்' என்ற தொடர், மொழியின் பொருளமைப்பில் 'புதிய குடும்பங்கள்' என்ற மறுமுனைத் தொனி ஒன்றைச் சொல்லாடலுக்குள் கொண்டுவரலாம். கிராமங்களில் இருந்த குடும்பங்கள் நகரங்களுக்கும், பெருநகரங்களுக்கும் கொத்துக்கொத்தாகக் குடிபெயர்வது சென்ற நூற்றாண்டின் முதற் காலில் துவங்கிக் காவிரிப் படுகையில் தொய்வில்லாமல் நடக்கிறது. சில கிராமங்களும், சிலவற்றின்

தெருக்களும் ஆங்கிலக் கவி கோல்ட்ஸ்மித் (1770இல்) தீட்டிய ‘பாழ் பட்ட கிராமம்’ (Oliver Goldsmith, 'The Deserted Village') என்ற சித்தி ரத்தை ஒத்திருக்கும். வீடு, நிலம், தோப்பு என்று எல்லாவற்றையும் வல்லி சாக விற்றுவிட்டோ, கைவிட்டோ சென்ற குடும்பங்கள் ஏராளம். நகரங் கள் பெருகும்போது இது வழக்கம் என்று சொல்லலாம். ஆனால், வழக்க மான சமூக நடப்பாக நாம் விவரிப்பதிலிருந்து அளவிலும் தன்மையிலும் இது வேறுபட்ட நிகழ்வு. தொடர்ந்து அங்கேயே இருந்த குடும்பங்கள் தாமாகவே பழைய குடும்பங்களாகின்றன. இப்போது இருக்கும் காவிரிப் படுகையைப் பெருங்காயம் இருந்த பாண்டம் என்று வேடிக்கையாகச் சொல்வது உண்டு.

நான் மாற்றங்களைக் குறிப்பிடும் கையோடு அவற்றை நொந்துகொள்வ தாகவும் சிலருக்குத் தோன்றலாம். இவர் பழமைவாதி. அந்தப் பித்தத்தில் போனதை நினைத்துப் புலம்புகிறார் என்றும் சிலர் நினைக்கலாம். இருந்து, மறைந்தவற்றை அறிந்திருந்தவர்கள் குறைவு. கொஞ்சநஞ்சம் இருப்பவை யும் விரைவில் மறைந்துவிடும். இவற்றை எழுதுவதற்கு இதைவிட மேலான நியாயம் வேண்டுமா என்று கேட்டார்கள் நண்பர்கள். சென்றவை சென்றவைதான், இருப்பதெல்லாம் புதிதாக வந்தவையே என்பதைவிட, மேலானது என்ற ஒரு மூன்றாவது நிலைமையும் உண்டு. செல்பவையும், அவற்றின் இடத்துக்கு வருபவையும் இழைந்து, மூன்றாவதாக ஒன்று உரு வாகிக்கொண்டே இருப்பது முதிர்ந்த பண்பாட்டின் இயக்கம். இந்த இசை வும், இழைவும் நுணுக்கமாக, நாம் முயலாமல், நடைபெறுவது. இப்படி நடைபெறுவதற்குச் சென்றவையெல்லாம் இன்னின்ன என்று சமுதாயத் துக்கு நினைவுடுத்தும் எழுத்தும் வேண்டும். இனி திரும்பி வராதவற்றைப் பற்றி எழுதும்போது நெஞ்சிலிருந்து உரித்துப் பிரித்த சொற்களின் வாஞ்சை இயற்கைதானே! அறுபது ஆண்டுகளுக்கு அப்பாலிருந்து ஒரு மனம் தற்காலத்தோடு உரையாடுவது கட்டுரைகளின் சில இடங்களில் உங்க ளுக்கு கேட்கலாம்.

பண்பாடு என்றால் போற்ற வேண்டியதும், காக்க வேண்டியதும் மட் டுமே என்பது இல்லை. காவிரிக் கரையின் பண்பாடு அப்போதிருந்த சமூ கப் பொருளாதார அமைப்பின் விளைவு என்பது ஒரு சித்தாந்த விளக்கம். அந்த அமைப்புக்குரிய பொதுவான குறைகளும் கேடுகளும், காவிரிப் படு கையின் அன்றைய சூழலில் அவை அடைந்த அதீத நிலைகளும் பண்பாட் டுத் தளத்தில் நாம் வெறுக்கும் வடிவங்களைப் பெற்றன. இவற்றையும் சில இடங்களில் சொல்லியிருக்கிறேன். ஆனால், வரலாற்றில் பொதுவாகப் புழங்கும் வகைப்பாடுகளை மட்டுமே கொண்டு காவிரிக் கரையை எந்த அளவுக்குப் புரிந்துகொள்ள முடியும் என்பது பற்றி நாம் சிந்திக்க வேண்டும். காவிரி தந்த உயிர்ப்பைப் பண்பாட்டு வழக்கங்களாக, புலன் அனுபவங்க

ளாக, அவை மனிதனின் பூர்வகால பிரக்ஞையாகத் தோன்றினாலும், அப்படியே தருவதற்கு மீறிய ஒரு வேலையை நான் செய்ய முயலவில்லை.

எல்லாருக்கும் நன்றாகத் தெரிந்திருக்கும் கதை, நாவல், கட்டுரைகளின் எழுத்து வலைக்குள் அகப்படாத காவிரிப் படுகையின் பண்பாட்டு விவ ரங்களைத் தருவதற்கு முயன்றிருக்கிறேன். அந்த வலைக்குள் இவை ஏன் முன்பே அகப்படவில்லை என்பதற்குச் சித்தாந்த ரீதியிலான காரணங் களை ஆராய்வது இங்கே பொருத்தமாகாது. மனிதனை மையப்படுத்துவதற் காக காவிரியைப் பின்புலமாக வைத்துக்கொண்ட எழுத்தோவியங்கள் ஏராளம். மனிதனுக்கு முன்னே எனக்குக் கண்ணை நிறைத்து நிற்பது காவிரி. அது கண்ணை மறைத்தும் இருக்கலாம் என்று நீங்கள் ஜாடை பேசுவதும் கேட்கிறது!

‘‘நீங்கள் நூறு ஆண்டுகளுக்கு முன்பு நமது ஊரிலிருந்து நீடாமங்கலம் செல்கிறீர்கள். உங்கள் பயண அனுபவத்தை எழுதுங்கள்’’ என்று என் மாணவர்களுக்கு ஒரு வேலை கொடுத்தேன். பலரும் அவர்கள் அனு பவத்தில் இருந்ததுபோல் எழுதாமல், புத்தகங்களில் ஒரு முன்மாதிரியைப் பார்த்ததுபோல் எழுதியிருந்தார்கள். முன்மாதிரியாக எதையாவது வைத்துக்கொண்டிருக்கும் எழுத்தில் அனுபவத்தின் மெய்மை இருக்காது. முன்மாதிரியாகச் செயல்படும் ஒன்று எழுத்தின் சுதந்திரத்தைக் குறைத்து விடுவதாக நினைத்து, வலுவில் அதற்கு எதிரான நிலையை எடுத்துக்கொண்டு எழுதுவதிலும் மெய்மை இருக்காது. இங்கிலாந்தின் சமூக வரலாறு பல நூற்றாண்டுகளுக்கு முன்பு அந்த மக்கள் உண்டது என்ன, உடுத்தியது எது என்று விவரமாகக் கூறும். நூறு ஆண்டுகளுக்கு முன்பிருந்த நமது சமுதாயத்தின் வழக்கங்களை நம்மால் விவரமாகச் சொல்ல முடியாது. ஆனாலும், சங்ககால இலக்கியங்களை ஆதாரமாகக் கொண்டு அக்காலத் துச் சமூகத்தை ஊகித்துவிடுகிறோம். நிகழ்காலத்துக்குச் சற்று முந்தைய காலம் நமது பிரக்ஞையிலிருக்கும் ‘நேற்று’ என்பதற்குள் இல்லை. இந்த விந்தையான பின்னணியில்தான் நான் சொல்லிய வேலையை மாணவர் களுக்குக் கொடுத்தேன். அவர்களுக்கோ புத்தகத்திலிருப்பதிலிருந்து கண் ணைத் தூக்கி வெளியே பார்ப்பது கல்விக்கூடங்களில் செய்யத் தகுந்த தாகப் படவில்லை. நவீனம் உள்ளே வரும்போது நவீனத்துக்குச் சற்று முன்பிருந்தது வெளியேறியது. இந்தப் போக்கு, வரத்துபற்றிய நமது சமூக வரலாற்றை மாணவர்கள் விரிவாக எழுத வேண்டும் என்று சொல்வேன்.

இயற்கையை ஒரு சித்திரமாக வரையுங்கள் என்று குழந்தைகளிடம் சொல்லிப்பாருங்கள். இரண்டு மூன்று மலை முகடுகள், தவறாமல் ஒரு அருவி, ஒரு ஓடை, கிளைவிரித்த மரங்கள், பொலியும் பழமையில் மரப் பாலம் என்று ஒரு சித்திரம் வரும். காவிரிப் படுகையில் மலை, அருவி எல்

லாம் இல்லை. வயல்வெளியில் இருக்கும் கருவை மரத்தைக்கூடப் பெரிய தாக வளரவிட மாட்டார்கள். மாடுகளுக்குக் கொம்பு இருக்காது. வீடு களுக்குக் கீற்றுக் கூரை அல்லது நாட்டு ஓடு. மண் சாந்து வைத்துச் சித்துக் கல்லால் கட்டிய சுவர் மேற்பூச்சு இல்லாமல் நிற்கும். மொத்தத்தில் சம்பிரதாயமான இயற்கையின் அழகு இங்கே இருக்காது. இங்கேயும் இயற்கை உண்டு என்று காட்ட முயன்றிருக்கிறேன். காலம்காலமாக எழுத்தை வார்த்துக் கொடுத்த அச்சு ஒன்றை உடைக்கும் முயற்சி. பொட்ட லாக நிற்கும் வயல்வெளியான பட்டக்காலிலும், நடக்கும் வரப்பிலிருக் கும் மீன்முள்ளிலும் அழகு இருக்காதா? கவிதைக்கு இந்தப் பொருள் தான் பொருந்தும் என்றிருந்ததைப் பெருக்கித் தள்ளி, எதைக் கொண்டும் கவிதை எழுதலாம் என்று காட்டினார்களல்லவா! அந்த இலக்கியப் புரட்சி யின் கண்ணுக்குக் காவிரிப் படுகையின் கீழத் தஞ்சையும் தெரிய வேண் டுமே என்று இவற்றை எழுதினேன்.

இதுதான் எழுத வேண்டிய பொருள், இதுதான் சித்திரம், இவைதான் சொற்களும் சொற்களின் கோவையும் என்று இருந்தவற்றுக்கு ஒரு மாற்று வேண்டாமா? இலக்கிய வழக்கின் சொற்களில் நாம் முயன்று காட்ட வேண்டாத கவித்துவம் தன்னால் நிரம்பியிருக்கலாம். ஆனால், எழுத் துருவே பெறாவிட்டாலும் அனுபவத்தின் மெய்மையாக இருக்கும் கீழத் தஞ்சையின் பாமரச் சொற்களுக்கும் கவர்ச்சி உண்டு. பாமரச் சொற்களில் இருக்கும் துல்லியம் படித்து வந்தவற்றுள் இல்லை. அனுபவத்துக்குள்ளே நம்மை அழைக்கும் அடையா நெடுங்கதவு இந்தப் பாமரச் சொற்கள்.

ஐந்து மணி என்று சொல்கிறோம். ஐந்து மில்லிமீட்டர் மழை என்று சொல்கிறோம். இது துறை சார்ந்த மொழி. தகவல் தர வல்லது. ஆனால், அனுபவத்தைப் பகிர்ந்துகொள்ள பொருத்தமானதல்ல. இந்த மொழியில் சொன்னதையே, 'நிலம் தெளியாத நேரம்', 'ஒருவர் முகம் ஒருவருக்குத் தெரியாத நேரம்', 'வாரித் தண்ணீர் ஊற்றாத மழை', 'நிலம் கருக்கப் பெய்யவில்லை.' என்று சொல்வார்கள். இது அனுபவத்தைப் பகிர உத வும். மொழி, அறிக்கை மொழியாகித் தகவல் மட்டும் தரலாம். அதே மொழி மற்றொரு நேரத்தில் ஒரு நபரின் உன்னதமான அனுபவத்தைத் தரலாம். இப்படி வினையும், அதற்கு எதிர்வினையுமாக மொழிக்குள் ஒரு இயக்கம் தொடர்ந்து இருக்கும். கருத்தும் அனுபவமும் பொது மொழியில், சமூகத்தின் சொல்லாடல்களில், ஒன்றோடு ஒன்று ஒட்டாமலேயே இருப் பது பண்பாட்டின் இசைகேடு, மனவெளியில் உள்ள விரிசல். அனுப வத்தை நமது மொழி நெருங்கிக்கொண்டே இருக்க வேண்டும். எண்க ளைப் போன்று சொற்களும் கருத்தளவிலேயே இருத்தலைக் கொண்டவை யாக இல்லாமல் புலனுக்கு எட்டும் கூறுகளோடும் அவை இருக்க வேண் டும். இதை மனத்தில் வைத்து பழைய நஞ்சையின் சொற்களைப் புது

மொழிக்கு மாற்றாமல் எழுதினேன். சில சொற்கள் புரியவில்லை என்று பலர் சொன்னது எனக்கு ஒரு குறையாகப் படவில்லை. இந்த மொழிச் சிக்கல் நாம் மண்ணுக்கு அந்நியமாவதன் மற்றொரு அடையாளம் என்று எடுத்துக்கொண்டேன்.

வாசகர்கள் இவற்றைப் படிப்பதற்கு எவ்வளவு சுதந்திரம் உண்டோ அவ்வளவு சுதந்திரம் இவற்றைப் புரிந்துகொள்வதிலும் அவர்களுக்கு உண்டு. இப்படித்தான் புரிந்துகொள்ள வேண்டும் என்று நெறிப்படுத்தும் உரிமை எனக்கு இல்லை. மொழிக்குள் வருபவை மொழிக்குச் சொந்தம், எழுதியவருக்கல்ல. தன் வழியே மொழி அவற்றுக்குப் பொருளைத் தரும். எழுதுபவர் எவரைப் பற்றி வேண்டுமானாலும் இதையே சொல்லலாம். உள்ளதுதானே என்று உடனே ஏற்றுக்கொள்ளும் நிலையை நம்மிடையே இது இன்னும் அடையவில்லை. அதனால் இங்கே இப்படிச் சொல்லி வைக்கிறேன்.

அறுபது ஆண்டுகளுக்கு மேல் என்னுடைய அனுபவத்தில் இருந்தவற்றை எழுதினேன். அனுபவமே நாம். நாம் இருக்கிறோம், நமக்கு அனுபவம் வருகிறது என்ற இருமை கிடையாது. இந்த நிலைமையால் வரும் குறையும் நிறையும் நான் எழுதியவற்றுக்கும் இருக்கும். நானுமல்லாமல், வேறு எவருமல்லாமல், ஒருவருமல்லாமல் இருக்கும் ஒரு பொதுப் புள்ளியைத் தேடி அதில் நின்றுகொண்டு எழுத முடியாது. இதையும் நான் சொல்ல வேண்டும்.

நம்மாழ்வார் திருவாய்மொழியின் ஒவ்வொரு பத்துப் பாசுரங்களும் முற்றுப்பெறும்போது அடுத்ததாக ஒரு வெண்பாவைச் சேர்த்திருப்பார். அந்தப் பத்துப் பாடல்களிலும் நம்மாழ்வார் எதைச் சொல்கிறார் என்று வெண்பா மிகச் சுருக்கமாகக் கூறும். அதுவரை பத்துப் பாசுரங்களிலும் நாம் படித்தவை மனதுக்குள் இறைந்துகிடந்தாலும் இந்த வெண்பாவைப் படித்தவுடன் அவையெல்லாம் சட்டென்று திரண்டு, கண்டுகொண்டோம் என்ற கிளர்ச்சியைத் தரும் வகையில் ஒரு உருவம் பெறும். இந்த முன்னுரையும் அப்படியொரு பின்னுரை மரபைச் சேர்ந்ததாக இருப்பதே எனக்கு விருப்பம்.

தமிழ் நாளிதழ், 'தி இந்து', 2014ஆம் ஆண்டுமுதல் வெளியிட்ட என் கட்டுரைகளை நான் திருத்தி விரிவாக்கிய தொகுப்பு இது.

தங்க. ஜெயராமன்
திருவாரூர்
13.12.2016

1

ஊடகங்கள் காணாத காவிரி

செய்தி என்ற தகுதியை எட்டாதவை ஊடகங்களின் கண்களுக்குத் தெரிவதில்லை. ஊடகங்களின் கண்களுக்குத் தெரிபவை தவிர, மற்றவையெல்லாம் இருப்பதே இல்லை. அவற்றுக்கு இருப்பு என்பதே இல்லை. நமது பிரக்ஞையின் உருவாக்கத்தை ஊடகங்கள் இந்த அளவுக்கு நிர்ணயிக்கின்றன.

நன்கு தெரிந்தவற்றில்கூட ஊடகங்கள் காணாத கூறுகள் நமது பிரக்ஞையிலிருந்து மெல்லமெல்ல நழுவிவிடும், அல்லது அதன் விளிம்புக்கு வெளியிலேயே நின்றுவிடும்.

நாமெல்லாம் நன்கு அறிந்திருக்கும் காவிரி நதியை எடுத்துக்கொள்ளுங்களேன். இரண்டு மாநிலங்களுக்கு இடையிலான ஒரு தீராத பிரச்சினை என்பதுதான் தற்போது ஊடகங்கள் காணும் காவிரி. கூடுதலாக ஒன்றிரண்டைச் சேர்த்துக்கொள்ளலாம். காவிரியில் வெள்ளம் அல்லது நீர்வரத்து இல்லாத வறட்சி என்ற எதிரெதிரான இரண்டு அதீத நிலைகளும் ஊடகங்களின் கண்களுக்குத் தெரிந்தவை. அதீதங்களுக்கு இடைப்பட்ட நிலைகளும், இவை அல்லாத அழகான வேறு அம்சங்களும் காவிரிக்கு உண்டு என்பது ஊடகங்களுக்குத் தெரிவதில்லை. அதன் காரணமாகவே அவை நமது பிரக்ஞையிலிருந்து நழுவிக்கொண்டிருக்கின்றன. இப்படி ஊடகங்கள் காணாதவையாக நாம் காண்பவற்றைக் காட்டுவதே இக்கட்டுரையின் நோக்கம்.

மணல் வீடு

பதினெட்டாம்பெருக்கு விழாவில் மக்கள் திரளாகச் சென்று படையலிட்டுக் காவிரியை வணங்குவதை ஊடகங்கள் நமக்குத் தெரிவிக்கின்றன. மேற்கிலிருந்து கிழக்காகக் காவிரியின் கரையில் உள்ள ஸ்ரீரங்கம், திருவையாறு, கும்பகோணம், மயிலாடுதுறைவரைக்கும்கூடக் காவிரியின் துறைகளில் விழா நடைபெறுவதைப் படங்களாகக் காணலாம். மக்கள்தொகையில் ஏறத்தாழ பாதி அளவுக்கு நகரவாசிகளாக இருக்கும் தமிழ்நாட்டில் இவ்வாறு நகரங்களை மையமாகக் கொண்ட செய்தி அளிப்பு ஒன்றும்

வியப்பல்ல. காவிரியின் பழைய நஞ்சை என்பது (12 லட்சம் ஏக்கர்) காவிரிப் பாசனப் பகுதி, வெண்ணாற்றுப் பாசனப் பகுதி என்று இரண்டு சம கூறுகளாகப் பரந்திருக்கிறது. வெண்ணாற்றுப் பகுதி கிராமங்களில் பதினெட்டாம்பெருக்கு நிகழ்ந்த விதம் என்ன? அவற்றில் இன்னும் எஞ்சி இருப்பதையாவது நமது பிரக்ஞைக்கு மீட்டுக்கொள்ளலாம்.

வயதில் பெரியவரான கட்டுக்கழுத்தி கிராமத்தில் உள்ள மற்றவர்களை அழைத்துக்கொண்டு காவிரிக் கரைக்குச் செல்வார். காவிரியின் கிளை, வெண்ணாறு, கோரையாறு, பாமனியாறு, முள்ளியாறு, வெட்டாறு இப்படி எதுவாக இருந்தாலும், அதைக் காவிரி என்றுதான் அழைப்பார்கள். எல்லோரும் தேங்காய், பழங்கள் (குறிப்பாக, பேரிக்காய்), வெற்றிலைப் பாக்கு, பதினெட்டாம்பெருக்குக்கே உரிய சிவப்புக் காதோலை, கருப்பு வளையல், ஊறவைத்து வெல்லம், தேங்காய்ப் பல் கலந்த பச்சரிசி, பூச் சரம் ஆகியவற்றை எடுத்துச்செல்வார்கள். ஆற்றில் முழுகிமுழுகித் தாம் பாளங்களில் வெண் மணலை அள்ளிக்கொண்டு கரையேறுவார்கள். இந்த மணலால், வாசல் ஒன்று வைத்துப் படுகையில் சதுரமாக வீடு கட்டுவார்கள். பூஜை எல்லாம் இந்த வீட்டுக்குள்தான். எத்தனை பெண்கள் இருக்கிறார்களோ அத்தனை பேரும் புழங்குவதற்கு வசதியாக இந்த வீட்டைக் கட்டிக்கொள்வார்கள். ஈரச் சேலையை லாவகமாகப் பிழிந்து அதையே கட்டிக்கொண்டு வழிபாட்டை முடித்துக்கொள்வார்கள். மஞ்சள் தோய்த்த சரடு ஒன்றைக் கழுத்தில் கட்டிக்கொள்வார்கள். வீட்டில் உள்ள ஆண்களுக்கும் மஞ்சள் சரட்டை மணிக்கட்டில் ரட்சையாகக் கட்டிவிடுவார்கள். பூஜை முடிந்தவுடன் பழங்கள், காதோலை, வளையல் போன்றவற்றைக் காவிரி வெள்ளத்தில் வீசிவிடுவார்கள். இதற்காகவே, காத்துக்கொண்டிருக்கும் மாடு மேய்க்கும் சிறுவர்கள் ஆற்றில் தொப்பென்று குதித்து, நீந்திச் சென்று பழங்களை எடுத்துக்கொள்வார்கள். இவர்களின் கும்மாளத்தில் ஆறு இரண்டாகிவிடும். இது சில பகுதிகளில் நாள் முழுவதும் நடக்கும்.

காவிரியின் பாசாங்கு

புது மணத் தம்பதிகள், தாங்கள் திருமணத்தில் அணிந்திருந்த முகூர்த்த மாலைகளை அப்படியே வைத்திருந்து ஆடி மாதம் வரும் பதினெட்டாம் பெருக்கு நாளில் தம்பதிகளாகச் சென்று காவிரி வெள்ளத்தில் அவற்றை விட்டுவிடுவார்கள். இங்கே சாலையெல்லாம் காவிரிக் கரைதான். ஒரு பதினெட்டாம்பெருக்கு நாளில் கருக்கலோடு புறப்பட்டுக் கிழக்கு மேற்காகப் பயணம் செய்திருக்கிறேன். பொங்கிவரும் புது நீரின் காவிரியில் பருவத்தின் பொலிவு தெரிந்தது. நிலந்தெளியும் நேரத்தில் துறை கண்ட இடத்தி லெல்லாம் இன்னும் வெட்கம் தெளியாத புது மணத் தம்பதிகள். மொர மொரக்கும் நூலும் பட்டுமாக, காவிரியில் இறங்குவதும் ஏறுவதுமாக

இருந்தார்கள். பெண்ணைப் பெற்றவளைப் போல் இவர்களைக் காணும் ஆசையும், கழியாத நாணமுமாகக் காவிரி ஒரு பாசாங்கில் விரைந்துகொண்டிருந்தாள்.

சிறுவர்கள் சப்பரம் (தேர் அல்ல) கட்டி அதில் கழிக்க வேண்டிய பொருள் எதையாவது—பழைய புத்தகங்கள், ஓலைச்சுவடிகள்—வைத்துக் காவிரிக்கு இழுத்துச்சென்று விட்டுவிடுவார்கள். பச்சரிசியை ஊறவைத்து வெல்லம் கலந்து படைப்பதும், வழங்குவதும் பதினெட்டாம்பெருக்கு நாளில் மட்டும் அல்ல. பொன்னேர் கட்டும்போதும், விதைத் தெளிப்பு, அறுவடையின் கடைசி நாளான ஏடாங்கரிசியின்போதும் இந்த அரிசி தான் படையலும், தின்பண்டமும். பிறந்த குழந்தைக்குப் பெயர் வைக்கும் பதினாறாம் நாளிலும் கருப்பு வளையல் அணிவிப்பதுண்டு. காதோலை பெண்கள் அணியும் ஒரு பழைய காதணி.

காவிரியின் வர்ண ஜாலம்

ஜூன் மாதம் மேட்டூர் அணை திறந்த ஆறாவது நாளில் காவிரியின் எல்லாக் கிளைகளிலும் காவி நிறத்தில் நுங்கும்நுரையுமாகத் தண்ணீர் கரை தொட்டு ஓடும். இதே ஆறாவது நாளில் காவிரிப் பகுதி நகரங்கள், கிராமங்களின் குளம், குட்டைகளைப் புதுத் தண்ணீரால் நிரப்பிவிடுவார்கள். அப்போதெல்லாம் இருபத்திரண்டாயிரம் கனஅடி தண்ணீர் மேட்டூரில் திறந்தால் காவிரி தன் கிளைகள் எல்லாவற்றிலும் கரை ததும்பி ஓடும். வளமான வண்டலோடு வரும் நீரின் காவி நிறம் சன்னஞ்சன்னமாக மாறி, ஆடி மாத இறுதிக்குள் நீரின் இயல்பு நிறம் வந்துவிடும். பிறகு ஐப்பசி, கார்த்திகையின் அடைமழையில் காவிரி வடிகாலாகவே மாறி, களி மண் கலந்த கலங்கலாக ஓடும். மார்கழி, தை மாதங்களில் மணல் தெரியும் கண்ணாடியாகத் தெளிந்து நெளியும்.

புதுத் தண்ணீர் மட்டும் வண்டலோடு காவி நிறத்தில் கலங்கலாக வரும். அதைக் குடத்தில் எடுத்துவந்து தேத்தாகொட்டையை இழைத்துக் கலந்துவிட்டால் சற்று நேரத்தில் வண்டல் கீழே படிந்து தண்ணீர் தெளிந்து விடும். வீட்டுத் திண்ணைகளில் வந்து அமரும் வழிப்போக்கர்கள், ஆற்றுத் தண்ணீர் கொடுங்கள் என்று ஆசையாகக் கேட்டு வாங்கிக் குடிப்பார்கள்.

அடைமழைக் காலத்தில், சில நேரங்களில் வெண்ணாற்றுப் பகுதிகளில் காவிரி செக்கச்செவேலென்று கரை ததும்பிப் பாயும். இந்த நிறத்தைப் பார்த்துவிட்டால் அந்தப் பகுதி விவசாயிகளுக்கு வயிற்றில் நெருப்பைக் கட்டிக்கொண்டதுபோல் பயம் வந்துவிடும். புதுக்கோட்டை மாவட்டத்தில் பெய்யும் மழை, முதலைமுட்டி வாரி வழியாக வெண்ணாற்றில் வந்து விழுவதுதான் இந்தச் சிவப்புத் தண்ணீர். வெண்ணாற்றில் இது கலக்கும்

இடத்துக்குப் பிறகு கிழக்கே இதை மடைமாற்றுவதற்கோ தேக்குவதற்கோ வழியில்லாததால் வெள்ளம் வந்துவிடும் என்று விவசாயிகள் நடுங்கிப் போவார்கள்.

பருவங்களின் உருவம்

காவிரி கரைபொழிந்து ஓடும்; பார் அடங்கி ஓடும்; இறங்கிக் கடந்தால் கால் நிலைக்கும் அளவுக்கு ஓடும்; பிறகு ஆற்றுக்குள்ளேயே ஓரமாக நெளிந்து, சிலுசிலுத்து மெலிந்த ஓடையாக ஓடும். இப்படி நிறமும், உருவமும் மாறிமாறிப் பருவங்களின் ஊடாகக் காவிரி ஜாலவித்தை காட்டுவாள்.

குளிப்பதற்காகப் பெண்கள் ஒருவர் முகம் ஒருவருக்குத் தெரியாத காலைப் பொழுதில் காவிரித் துறைக்குச் செல்வார்கள். படித்துறைகளில் விளக்கு மாடங்கள் இருக்கும். இவற்றில் எடுத்துச்சென்ற கைவிளக்கை வைத்துவிட்டு அந்த வெளிச்சத்தில் குளியலை முடித்துவிடுவார்கள். பிறகு ஆறு மணியிலிருந்து காவிரியின் படித்துறைகளை ஆண்கள் ஆக்கிரமித்துக் கொள்வார்கள். சுமார் எட்டரை மணிக்கு மேல் மாடு இறங்கு துறைகளில், பசு மாடுகளைக் குளிப்பாட்டுவார்கள். இப்படியாக, ஐந்து மணியிலிருந்து காவிரியின் துறைகளெல்லாம் களேபரமாக இருக்கும்.

புது வெள்ளத்தை வரவேற்பது பதினெட்டாம்பெருக்கு என்ற விழா மட்டும் அல்ல. சடங்கு வடிவம் கொள்ளாத வரவேற்பும் உண்டு. கோடை முடியமுடிய ஒவ்வொரு கிராமத்திலும் மராமத்துப் பணிகள் மும்முரமாக நடக்கும். வரும் பசலிக்கு (சாகுபடி ஆண்டு) நீராணிக்கத்துக்காக (கிராம நீர் மேலாண்மைக்கு) ஆட்களை நியமித்து சம்பளம் நிர்ணயிப்பது, பாசன வாய்க்கால், வடிகால், குளம், குட்டை தூர் வாருவது, பஞ்சையான இடத்தில் கரையெடுத்துக் கட்டுவது, இவையெல்லாம் வேகவேகமாக நடக்கும். இதற்கான செலவுகளுக்கு அவரவர்களின் நில உடைமைக்கு ஏற்ப வரி வைத்துக் கிராமத்தில் வசூலித்துக்கொள்வார்கள். பொதுப்பணித் துறையும் தன் பங்குக்கு மதகுகளைச் செப்பனிடுவது, கண்மாயின் பலகைத் திருகாணிகளுக்கு எண்ணெய் விடுவதையெல்லாம் விரைந்து முடிக்கும்.

அணை திறந்து புதுத் தண்ணீர் வந்த ஒரு வாரத்துக்கெல்லாம் கடலிலிருந்து உள்ளகெண்டை என்ற மீன் இரவில் மும்முரமாக ஆற்றுப் போக்கை எதிர்த்து நீந்தி முப்பது, முப்பத்தைந்து கிலோமீட்டர்வரை காவிரியின் கிளைகளில் வந்துவிடும். இக்காலத்தில் வாளை மீன்களையும் ஆற்றில் பார்க்கலாம். புரட்டாசி, ஐப்பசி, கார்த்திகை மாதங்களில் வெள்ளிப் பாளங்களாகக் கெண்டை மீன் காவிரியில் வெள்ளமாகப் பெருகிவிடும். மார்கழி, தை மாதங்களில் அப்போது ஜனித்த கச்சப்பொடி என்ற மீனை மதகுக்கு மதகு கூடைகூடையாக அள்ளி மாளாது.

பொய்யாத காவிரி

மேட்டூர் அணை, ஜனவரி மாத இறுதியில் மூடியவுடன் காவிரி அப்படியே நீரோட்டமின்றி வறண்டுபோகும் என்று நினைக்க வேண்டாம். தமிழ்நாட்டில் ஜீவநதி என்று சொல்ல முடியாவிட்டாலும், காவிரிக்குக் கோடையிலும் ஒரு உயிர்ப்பு உண்டு. இந்த உயிர்ப்பின் வடிவங்களைப் பாருங்களேன்: நீர்வரத்து இல்லாவிட்டாலும் கரை ஓரங்களில் நிலைக்காத அளவுக்குப் பெரியபெரிய மடுக்களில் நீர் தேங்கிக் கிட்டத்தட்ட மறு வருடம் அணை திறக்கும்வரை காவிரி ஆங்காங்கே ஆற்றுப் போக்கில் தண்ணீர் திட்டுகளாகக் கிடக்கும். மணலில் சிறிதும் பெரிதுமான ஊற்றுகளைத் தோண்டித் தண்ணீர் எடுத்துக்கொள்வோம். வேண்டும்போதெல்லாம் புதிய ஊற்றுகளை மணலில் தோண்டிக்கொள்வோம். இதற்கென்று கூரை ஓடு போன்று பித்தளையில் ஊற்று வட்டா என்ற பாத்திரம் உண்டு. பெண்கள் மாலை நேரத்தில் குடமும் ஊற்று வட்டாவுமாகக் காவிரிக்குச் சென்று ஊற்று நீர் எடுத்துவருவார்கள்.

கோடையில், மடு, ஊற்று என்பவை மட்டுமல்லாமல் கரை ஓரங்களில் துலவாக்குழிகளும் உண்டு. படுகைகளில் இருக்கும் கத்தரி, மிளகாய்த் தோட்டங்களுக்காக ஆற்றில் இந்தத் துலவாக்குழிகளைச் செவ்வக வடிவில் ஆழமாக வெட்டி, அதிலிருந்து ஏற்ற மரத்தைக் கொண்டு தண்ணீர் இறைத்துக்கொள்வார்கள். கடும் கோடையில், காவிரியின் இந்தத் துலவாக் குழிகள் குளிக்கவும் துணி துவைக்கவும் பயன்படும். ஆசனப் பலகை களைத் துலவாக்குழிகளில் துவைக்கும் கல்லாக வைத்துக்கொள்வோம். எப்போதும் ஏதாவது ஒரு வழியில் காவிரி தன் மக்களுக்குத் தண்ணீர் கொடுத்துக்கொண்டே இருக்கும். இதுதான் வான் பொய்ப்பினும் தான் பொய்யாக் காவிரி.

வெள்ளம், வறட்சி, கரை உடைப்பு என்ற அதீத நிலைகளுக்கு அப்பால் காவிரியின் அழகு நிலைகள் எத்தனை எத்தனையோ ஊடகங்களின் கண்களுக்குப் படுவதில்லை என்பது உண்மைதானே!

அக்டோபர் 2014

* * * * *

2
தீபாவளி: காவிரியில் குளித்தாலும் கங்கா ஸ்நானம்தான்

விழி விரித்துப் பார்க்கும் வியப்பு

1977ஆம் ஆண்டு தீபாவளி முடிந்து மறுநாள் விடியவில்லை. பின்னிரவில் துவங்கி, வெள்ளி முளைக்கும்போது பெரும் புயல் அடித்துக் காலை ஏழு மணிக்கு ஓய்ந்தது. காவிரிக் கரை கிராமங்களின் பழைய உறவுகளைப் பார்க்க வந்திருந்தவர்கள் ஊருக்குத் திரும்ப முடியவில்லை. வெளி மாநிலங்களிலிருந்து தீபாவளி வருகை அப்போதுமுதல் சன்னமாகக் குறைந்து, பிறகு நின்றுபோனது. இயற்கையின் சில மணிச் சீற்றமே எத்தனையோ ஆண்டு வரலாற்றின் இழைகளை அறுத்துவிடுகிறதே!

அப்போது தஞ்சைப் பகுதி கிராமங்களும் நகரங்களும் தீபாவளியில் புதுச் சோபை பெற்றுவிடும். வெளி மாநிலங்களில் வேலையில் இருப்பவர்கள் சொந்த ஊருக்கு வருவார்கள். புதுப்புது முகங்களாக இருக்கும். பூர்வீக ஊரை அவர்களும் புதிதாய்ப் பார்ப்பதுபோல் பார்ப்பார்கள். எல்லாம் விழி விரித்துப் பார்க்கும் வியப்பு மயம்.

கலாச்சார செருகளம்

அன்றைக்குக் காவிரியில் குளித்தாலும் அதை கங்கா ஸ்நானம் என்றுதான் சொல்வோம். அங்கேயே முரண்பாடு. தமிழ்நாட்டுக் கலாச்சாரத் தளத்தில் தீபாவளி சர்ச்சையாகிப்போனதில் வியப்பில்லை. புராணங்களுக்கு மக்களின் மீதிருந்த பிடியை உடைப்பதற்குத் தமிழ் அடையாள ஆர்வலர்கள் தேர்ந்துகொண்ட செருகளம் தீபாவளி. பொருளாதார, சாதியக் கட்டமைப்பின் கீழ்த்தட்டுகள் பொங்கல் என்ற பொதுவெளியில் பங்கேற்கும் அளவுக்குத் தீபாவளி தளர்ந்து இடந்தராது என்பதும் உண்மை. உள்ளூரில் விளைவதை வைத்து தீபாவளி கொண்டாட முடியாது. எல்லாமே கடைத்தெருச் செலவாகவே இருக்கும். சமுதாயத்தின் மேல்தட்டுகளில் தெரியும் தீபாவளியின் ஜொலிப்பு அடுத்தடுத்த கீழ்த்தட்டுகளில் சரட்டென்று மங்கும். இங்கே சாதியும் பொருளாதார நிலையும் பெருமளவில்

கைகோத்துச் செல்வதால்கூட இப்படி இருக்கலாம். பகாசூரனின் புராணம் தீபாவளிக்கு அர்த்தம் கற்பிக்கும் முயற்சி. கீழ்த்தட்டு மக்களுக்கு அந்தப் புராணம் தெரியாது. தெரிந்துவைத்திருக்கும் மற்றவர்களும் அன்றைக்கு அதை நினைத்துக்கொள்வதில்லை.

தீபாவளி மறுப்பு என்பது வெறும் பிரச்சாரத்தோடு நின்றுவிடாது. நீடா மங்கலத்துக்கு அருகிலிருந்த ஒரு கிராமத்தில் இந்த மறுப்பு எனக்குத் தெரிந்து ஊர்க் கட்டுமானமாகவே இருந்தது. ஆனாலும், புத்தாடை, வெடி யெல்லாம் இல்லாமல், குழந்தைகளைச் சாக்காக வைத்துப் பலகாரம் மட்டும் மறைவாகச் செய்துவிடுவார்கள். தீபாவளி என்பது தீபங்களின் வரிசை. பண்டிகையில் இதற்கான அடையாளத்தை நான் பார்த்ததில்லை. இப்போதுதான் விளம்பரங்களில் இந்தச் சொல்லை அர்த்தப்படுத்தும் விதமாக பட்டுக்குள் பட்டாக ஜொலிக்கும் பெண்கள் வரிசையாகத் தீபம் ஏற்றுவதைப் பார்க்கிறோம். சொல்லுக்கும் அதன் அகராதிப் பொருளுக்கும் தொடர்பில்லாமல் இருக்காது என்ற நமது தர்க்க நியாயம் புதுச் சடங்கையே புனைந்துவிட்டது. இருள் பிரியாத காலையில் ஒரு குத்துவிளக்கின் ஐந்து முகத்திலும் தீபம் பொட்டாக ஒட்டிக்கொண்டு எரிவதைத்தான் வீடுகளில் பார்த்திருக்கிறேன். இதை மீறிய அழகை எங்கே தேடுவது?

விவசாயிகளுக்கு இம்சை

ஐப்பசி அடைமழைக் காலத்தில் வரும் தீபாவளி, காவிரிப் படுகை விவசாயிகளுக்கு ஒரு இம்சைதான். வரவே இல்லாத காலத்தில் ஒரு பெருஞ் செலவு. அப்போதுதான் சம்பா நடவுக்குச் செலவுசெய்து அது முடிந்தபாடாகவும் இல்லாமல், கை ஓய்ந்திருப்பார்கள். பிறந்த வீட்டுப் பெண்களுக்கு வரிசை, துணிமணி என்று தவிர்க்க முடியாத செலவினமாக தீபாவளி வந்து நிற்கும். டெல்டாவில், இப்போதுபோல் நான்கு லட்சம் ஏக்கர் அளவுக்கு அப்போது குறுவை பயிரிடுவது இல்லை. ஒரு ஏக்கர், அரை ஏக்கரில் தீபாவளிச் செலவுக்கு ஆகும் என்று கிராமத்தின் முதல்மடைக் காரர்கள் மட்டுமே கொஞ்சம் நட்டுவைப்பார்கள். அதுவோ சரியான மழையில் அறுவடைக்கு வரும். அந்த நேரத்தில் பணமுடை என்பது உழைப்பவர்களோடு உடைமையாளருக்கும் சேர்ந்தே வரும். எப்படியோ பச்சையும் பாளையுமாக அறுத்து, அடித்து நெல்லாக்கிவிடுவார்கள். கொட்டிக் கொண்டிருக்கும் மழைக்குத் தாங்கும்படி கட்டைவண்டியில் மூங்கில் பிளாச்சைக் கூண்டாக வளைத்துவைத்து அப்போது முடைந்த கீற்றைத் தைத்துக் கூரையாக்கி, சாலையின் உளையில் ஆரக்கால் அழுந்தஅழுந்த நகரத்துக்கு நெல் நகர்ந்துவிடும். இவ்வளவு சிரமத்தில் மண்டிக்கு நெல்லைக் கொண்டுசென்றால் தீபாவளி நெருக்கடியை ஆதாயமாக்க விலை குறைத்துக்கேட்பார்கள். ஒரு தீபாவளியின்போது ஒரு மூட்டை நெல் பதி

னெட்டு, பதினாறு ரூபாய்க்கு விற்க வேண்டியிருந்தது. கடைத்தெருவில் விவசாயிகளின் குமுறல். ‘‘துணிமணி, பலகாரம் இல்லைன்னா தீபாவளி போக மாட்டேன்னு சொல்லுமா?’’ இப்படிக் கேட்டுக்கொண்டே ஒரே ஒரு மூட்டை நெல்லை விற்றுத் தலைக்கு எண்ணெயும், சாமி கும்பிடப் பழம், பாக்கு, வெற்றிலை மட்டும் வாங்கிக்கொண்டு மற்ற மூட்டைகளை வீட்டுக்குத் திருப்பி எடுத்துச்சென்றார்கள்.

பாலும் பழமும்

பெரும்பாலான மிராசுதாரர்களுக்கு மளிகை, ஜவுளிக் கடைகளில் பற்று வரவு இருக்கும். அங்கே தங்கள் பற்றாக மளிகைச் சாமான்களையும், துணி மணிகளையும் பெற்றுக்கொள்வார்கள். தை பிறந்து அறுவடை முடிந்து தான் இந்தக் கணக்கு நேராகும். தங்களைப் பார்த்துக்கொண்டே கடந்து போகும் மிராசுதாரர்களை, ‘தீபாவளிக்கு ஜவுளி போடலியா?’ என்று கடைக்காரர்கள் வருந்தி அழைப்பார்கள்.

துணிகளை வகைவகையாகப் பார்க்க முடியாது. இப்போது உலகமாக விரிந்திருக்கும் ஆயத்த ஆடைகளும் அப்போது அதிகம் இல்லை. பிள்ளை களுக்குச் சீட்டித் துணியில் பாவாடை, சட்டை தைத்து வாங்குவதும் பெரும்பாடு. சம்பா நடவு மும்முரத்தில் கடைத்தெருவுக்கு முன்கூட்டியே போக நேரமிருக்காது. பெரிய குடும்பங்களில்கூட முதல் நாள் மாலையில் தான் அவசரஅவசரமாக வண்டி கட்டிக்கொண்டு கடைத்தெருவுக்குச் செல்வார்கள். ஒவ்வொரு வருடம் நசநசவென்று மழை சொடுத்துக்கொண் டேயிருக்கும். தூறலுக்குக் குடையைப் பிடித்துக்கொண்டு, வீதிகளின் கணுக்கால் அளவு சேற்றில் நடந்துதான் தீபாவளிச் சாமான்களை வாங்கி யிருக்கிறோம். வெடியெல்லாம் சவுத்துப்போய்விடும். வீட்டுக்கு வந்ததும் அடுப்படியின் சூட்டில் அவற்றை உலர்த்துவோம். கிராமத்தின் விவசாயி களுக்குப் பண்டிகையும், கொண்டாட்டமும் நாட்காட்டியின் வெறும் தேதி களாகத் தெரியாது. கோடையும், மழையும், குளிரும், பூப்பதும், காய்ப் பதும், பழுப்பதுமாக, ஒன்றைத் தொடுத்து ஒன்றாக, சூரியனின் பார்வை யில் வடம்பிடித்து வருபவை. காலத்தின் செலவு பாளை, பழுப்பு, நெற்று என்றுதான் அவர்களின் அனுபவத்துக்குப் பிடிபடும். தீபாவளி, இப்படிக் காலத்தோடும், பருவங்களின் சுழற்சியோடும் ஒட்டாமல் வந்துபோன ஒரு விந்தையான விழா. வேண்டாம் என்று விடவும் முடியாது, வேண்டி யதுதான் என்று கொண்டாடவும் முடியாது. ஆண்டுக்கு ஒரு நாள்தானே என்று விட்டுக்கொடுத்ததுபோல் அது வந்து போகும்.

குடும்பத்தோடு சென்று துணி வாங்குவதெல்லாம் அப்போது இயலாது. பெரியவர்கள் வாங்கிவந்து கொடுப்பதை உடுத்திக்கொள்ள வேண்டும். இளைஞர்கள், ‘இது என்ன கிழிவுபோல் இருக்கிறது’ என்று துணியைக்

குறைசொல்வார்கள். 'எனக்கு ஒரு கிழிவு போதும்; பணம்பெற்ற துணியெல்லாம் வேண்டாம்' என்று வயதானவர்கள் சொல்வார்கள். கிழிவு என்றால் நீளமாக நெய்த துணியில் தேவையான அளவு வெட்டிக்கொள்ளும் கரைக்கட்டு இல்லாத துண்டு. கோடம்பாக்கம் நூல் புடவை, சின்னாளப்பட்டிச் சுங்கடி, அதற்கு முன்பு கண்டாங்கிச் சேலை எல்லாம் பிரபலம். வெங்காயச் சருகு என்று செல்லமாக அழைக்கப்பட்ட நைலான், நைலக்ஸ் எல்லாம் பிற்பாடுதான். திரைப்படப் பெயரின் மகிமையால் பிரபலமான சேலை 'பாலும் பழமும்'. உடல் முழுதும் வண்ணவண்ணக் கட்டங்களாகப் பச்சையும், மஞ்சளும், சிவப்பும் கண்ணைப் பறிக்கும். ஆண்கள் வெள்ளைத் துணியைத்தான் விரும்பினார்கள். சட்டைக்கான அருமையான துணி ஒன்று நியூ ஷராக் என்ற பெயரில் வந்திருந்தது. பசையுள்ளவர்கள் வாங்கித் தைத்து அணிந்துகொண்டார்கள். வழக்கமாகப் போட்டுக்கொள்ள ஒன்றும், மாற்றுக்கு ஒன்றுமாக இரண்டு சட்டைகள் ஒருவருக்கு இருக்கும். கழட்டி, மாற்றுச் சட்டையில் போட்டுக்கொள்ளப் பித்தளை அல்லது தந்தம் போன்ற ஒன்றால் ஆன பித்தான்கள் ஒரு ஜோடி இருந்தன. இப்போதுபோல் அரை டஜன், ஒரு டஜன் சட்டையென்று யாருக்கும் இருக்காது. சிக்கனம் விவசாயக் குடும்பங்களில் ஊறிப்போன பண்பு, கற்று வருவதல்ல. எந்தச் செலவானாலும் அதை நெல்லாக மாற்றித் தெரிந்துகொள்ள ஒரு மனக் கணக்கு நடக்கும். ஒரு ஜோடி பாட்டா செருப்பு ஆறு ரூபாயாக இருந்தது. 'அடேயப்பா, இதற்கு அரைக் கலம் நெல் போதாதே!' என்று ஆயாசத்தில் அதை மறுத்துப் பார்த்திருக்கிறேன்.

நிலவுடைமைச் சமுதாயத்தின் அடையாளங்களும் தீபாவளிக்கு இருந்தது. பண்ணையாட்களாக அமர்ந்திருந்தவர்களுக்கு வெற்றிலைப்பாக்கு, பழத்தோடு வேஷ்டி, புடவையை தீபாவளிப் படியாகக் கொடுப்பது உண்டு. வேஷ்டி நான்கு முழத்தில்தான் இருக்கும். துண்டு இல்லாமல் வேஷ்டி மட்டும் கொடுப்பது சம்பிரதாயப் பிசகு என்றாலும் பல வீடுகளில் துண்டோடு கொடுப்பதில்லை. சிலருக்குத்தான் மேல்துண்டுக்கு உரிமை என்றும் ஒரு விதி இருந்ததாகப் படித்திருக்கிறேன்.

உயிர்ப்பிடிக்கும் கைத்தறி

எட்டு முழ ஃபின்லே மல் வேட்டி வெறும் ஆறு ரூபாய்க்கு வாங்கியிருக்கிறேன். அப்போது கும்பகோணம்தான் காவிரிப் படுகைக்கே கடைத்தெரு. ஒருமுறை கும்பகோணம் ஜவுளிக் கடை ஒன்றில் தீபாவளித் துணி எடுத்துக்கொண்டு வெளியே வந்தேன். சாலையின் நடையோரத்தில் இரண்டு அடுக்குக் கைத்தறி காரிக்கன் வேட்டிகளை வைத்துக்கொண்டு நின்ற நெசவாளி ஒருவர், 'இதிலும் இரண்டு வாங்கக் கூடாதா?' என்றார். என்னைக் கப்பிக்கொண்ட குற்ற உணர்விலிருந்து நான் இன்றும் மீளவில்லை. உங்களுக்கு

ஏன் மனம் வரவில்லை என்று கேட்ட பார்வை. எங்கள் துணிகள் பகட்டாக இல்லையோ என்று தனக்குள்ளேயே குழம்பி ஒலித்த குரல். அன்றைக்கு ஒன்றும் இப்படி உரத்து வெளிப்படவில்லை. மொழியின் லாவகத்தில் அங்கே பார்த்ததற்கும், கேட்டதற்கும் கூச்சநாச்சமில்லாமல் நான்தான் ஒரு ஒரு வடிவம் கொடுக்கிறேன். நாற்பது ஆண்டுகளைத் தாண்டி, மாற்றம் இயல்புதானே என்ற ஞானத்திரையைக் கிழித்துக்கொண்டு, இப்போதும் ஒலிக்கிறது அந்தக் குரல். இவ்வாண்டு பட்டாசு விற்பனை ஆயிரம் கோடிக்கு இருக்கும் என்றும், தமிழ்நாட்டில் தீபாவளிக்குக் கைத்தறி விற்பனை இலக்கு நூற்று எண்பது கோடி என்றும் தினசரிகளில் படித்தேன். காரிக்கன் என்பது நனைத்து ப்ளீச் பண்ணாத துணி. நல்ல நாளில் அதைத் தேடி உடுத்துவது வழக்கம். அந்தச் சொல்லே இப்போது வழக்கில் இல்லை. பல ஆண்டுகள் கழித்துத் திருவாரூர் கடைத்தெருவில் காரிக்கன் வேட்டிக்காக அலைந்து, இரண்டே இரண்டு இருந்த இடத்தில் ஒன்று மட்டும் வாங்கிவந்தேன். அப்போது அநேகமாக பட்டுப்போயிருந்த கைத்தறி இப்போது புடவைகள் வழியாகக் கொஞ்சம் உயிர்ப்பிடிக்கிறது.

தீபாவளிக்கு முன்பு, ஐந்தாம் நாள், ஏழாம் நாள் என்று ஒரு கணக்கில், அந்த ஆண்டு குடும்பத்தில் யாராவது இறந்திருந்தால் படையல் என்று ஒரு நிகழ்ச்சி இருக்கும். தீபாவளிக்கு உரிய பலகாரங்களோடு, பழங்கள், பூ, வெற்றிலைப்பாக்கு வைத்துப் படையலிடுவார்கள். இறந்தவர்கள் அணிந்திருந்த ஆடைகளை அதுவரை வைத்திருந்து, இந்தப் படையலில் வைத்துக் கும்பிடுவார்கள். அந்த ஆண்டு அவர்கள் தீபாவளி கொண்டாடுவதில்லை. தீபாவளியன்று வீட்டில் எண்ணெய்ச் சட்டி வைத்துப் பலகாரம் செய்வதில்லை. எண்ணெய்ச் சட்டி பலகாரத்தின் குறியீடாக இருந்தது.

மாப்பிள்ளை வெடி

வெடிகளுக்கு அதிகம் செலவு செய்வதில்லை. ஓலை வெடி, ஒத்தை வெடி, மத்தாப்பு, கம்பி மத்தாப்பு, தரைச் சக்கரம், பொதவானம் என்று சில வகை. மின்னல் வெடி என்று காகிதத்தில் முக்கோண வடிவிலிருக்கும் சிறிய வெடி ஒன்று. அதற்கு முன்பு மாப்பிள்ளை வெடி அல்லது வெங்காய வெடி என்று இருந்ததாகக் கேள்விப்பட்டிருக்கிறேன். மாப்பிள்ளையின் முதுகில் எறிந்தால் அந்த அழுத்தத்திலேயே வெடிக்குமாம். கம்பியாக நீளக் கைப்பிடி வைத்து ஒரு சுத்தியல் உண்டு. அடிக்கும் வாயில் ஒரு குழி இருக்கும். அதில் மருந்தைக் கிட்டித்து சுவரில் அடித்தால் வெடிச் சத்தம் வரும். இப்படி ஒரு சாதனம் வீட்டில் இருந்தது. அப்போதே யாரும் சீண்டாமல் அது காலாவதி ஆகியிருந்தது. அன்று இருந்தவற்றையெல்லாம் நாட்டு வெடி என்று அடையாளப்படுத்தி, சிவகாசித் தயாரிப்புகள் தங்களை உயர்த்திக் கட்டமைத்துக்கொண்டன. ஆறு ரூபாய்ச் செலவில் எனக்கு

அப்பா வெடி வாங்கிக்கொடுத்ததாக நினைவு. அதுவும் பூவாகக் கொட்டும் வகையாக இருக்கும்; வெடிக்கும் வகையாக இருக்காது. கொஞ்சம் இருக்கும் வீட்டிலேயே நிலைமை இப்படி இருந்தது. இல்லாத வீட்டுப் பிள்ளைகளுக்கு தீபாவளி ஏக்கத்தைத்தான் கொட்டிக்கொடுத்தது. சாம்ப சிவம் என்று எனக்கு ஒரு வகுப்புத் தோழர். பள்ளிக்கூடம் விட்டு இரு வரும் வீட்டுக்குத் திரும்பும்போது வழியில் ஒரு எட்டணா நாணயத்தைக் கண்டெடுத்தேன். ஒன்றும் உரிமை கொண்டாடாமல், 'இதை எனக்குக் கொடுத்தால் என் தீபாவளி சந்தோஷமாகப் போகும்' என்றார். பாதியாவது கொடுத்திருப்பேன் என்று நினைக்கிறேன்.

தீபாவளி மருந்து

சடங்கு, சம்பிரதாயம் என்று தீபாவளியில் அப்போதும் ஒன்றும் பெரிதாக இருக்காது. எண்ணெய் தேய்த்துக் குளித்துவிட்டு, பெரியவர்கள் கையால் கொடுக்கும் புதுத் துணியை மஞ்சள் வைத்து உடுத்துவார்கள். மருதாணி இட்டுக்கொள்வது உண்டு. தவறாமல் இடம்பெறும் பலகாரம் வேகவைத்த கடலைப் பருப்பை மசித்து வெல்லம் சேர்த்து உருட்டி, கரைத்த மைதா மாவில் நனைத்து, எண்ணெயில் சுட்டு எடுக்கும் சுழியன். அதிரசம், முறுக்கு, பயத்த உருண்டை, கெட்டி உருண்டை இவற்றை விருப்பம், வசதியை ஒட்டிச் செய்துகொள்வார்கள். பயத்த உருண்டை காவிரிப் படுக்கையில் கொஞ்சம் பிரபலம். உடைத்துப் பக்குவமாக வறுத்த பச்சைப் பயறையும் ஜீனியையும் திரிகையில் சன்னமாக அரைத்து, நெய் விட்டு உருட்டிக்கொள்வது. தினப்படி மோர் சிலுப்பும்போது எடுக்கும் வெண்ணெயை தீபாவளிச் செலவுக்காகச் சேர்த்துவைப்பதுண்டு. செரிமானத்துக்கு தீபாவளி மருந்து என்று ஒரு லேகியம். சில சமயம் அது பலகாரத்தைவிட ருசியாக இருக்கும்! இருமுறை சுத்திகரிக்கப் பட்ட எண்ணெயைப் புழங்கும் மக்களுக்கு நம் முன்னோர்கள் இலுப்பை எண்ணெயில் பலகாரம் செய்தார்கள் என்பது தெரிந்திருக்க வாய்ப்பில்லை. சில ஆண்டுகளுக்கு முன்புவரை திருவாரூர் தியாகேசர் கோயிலில் இலுப்பை நெய்யில்தான் சுவாமிக்குப் பலகாரம் செய்வார்கள். எல்லா வீட்டிலுமே மண்ணால் செய்த எண்ணெய்ப் பல்லாவை இருக்கும். செக்கில் எண்ணெய் ஆட்டிக் கோடையிலிருந்தே அதில் இருப்பு வைத்துக் கொள்வார்கள். கடலை எண்ணெய் புதிதாக வந்த நேரத்தில் அது அவ்வளவு எளிதாக வீட்டுக் கசாலைக்குள் நுழைய முடியவில்லை. பல காரங்களுக்குக் கடலை எண்ணெயைவிடத் தேங்காய் எண்ணெயே பரவாயில்லை என்று கொஞ்ச காலம் பெண்கள் அதை ஆதரித்தது உண்டு. ஒரு முறையாவது கோதுமை அல்வா கிண்டிப்பார்க்க வேண்டும் என்று பெண்கள் தெரிந்தவர்களிடம் பக்குவம் கேட்டுக்கொள்வார்கள். இந்தக்

கசாலைச் சாதனைகள்தான் தீபாவளியின் குதூகலமே! சொற்ப சுதந்திரத்தில் எத்தனை சந்தோஷத்தைக் கண்டார்கள் நம் வீட்டுப் பெண்கள்!

முகம் தெரியாத இருட்டில் குழந்தைகளைத் தூக்கம் கலைத்து இழுத்துக் குளிப்பாட்டி விடுவதும், கொஞ்சம் சூட்டிகையான வீடுகளில் குளியல் முடித்து, புத்தாடை உடுத்தி வெடிவெடிப்பதும் அமர்க்களப்படும். முடிந்தவர்கள் ஒரு கை எண்ணெயைத் தலையில் வைத்துக்கொண்டு காவிரிக்கே போய்க் குளித்துவிட்டு வருவார்கள். மற்றவர்கள், வெந்நீர், கொல்லைக் கேணியின் தண்ணீர் என்று முடிந்த வகையில் கங்கா ஸ்நானம் செய்துகொள்வார்கள். எல்லா குடும்பங்களிலுமே பத்துப் பதினைந்து உருப்படிகளுக்குக் குறையாமலிருந்த காலம். வீட்டுக்கு வீடு பலகாரப் பரிமாற்றம் நடக்கும். சிறுவர்களும், சிறுமிகளும் பலகாரத் தட்டோடு பக்கத்து வீடு, அடுத்த வீடு, எதிர்த்த வீடு என்று புத்தாடை தரும் கூச்சத்தில் பட்டாம்பூச்சிகளாய்ப் பறப்பார்கள். அக்கிரகாரங்களில் அதிகாலையிலேயே தீபாவளி களைகட்டிவிடும். 1977 புயலின் அனுபவத்துக்குப் பின், வருபவர்கள் இல்லாமல் அக்கிரகாரங்கள் களை இழந்தன. இங்கே இருந்த சொற்ப நபர்களும் பிள்ளைகளோடு தீபாவளி கொண்டாட அவர்கள் இருக்கும் நகரங்களுக்குச் செல்வதும், பிறகு அங்கேயே தங்கிவிடுவதுமாகக் காலம் நகர்ந்துவிட்டது.

காலை ஒன்பது மணிக்கெல்லாம் தீபாவளிக் களேபரம் ஓய்ந்துவிடும். கனத்த மவுனம் விழுங்கிச் செரித்ததுபோல் பட்டாசுகளின் வெடிச் சத்தமும் அடங்கிவிடும். வானம் வெளிவாங்கியிருந்தால் பெரியவர்கள் வயலைப் பார்க்கச் செல்வார்கள். இலக்கியத் தரத்துக்கு முயற்சிக்கும் சில கதைகளில், உச்சத்துக்குப் பிறகு சப்பென்று ஒரு காட்சி வருமே, அதைப் போன்று இருக்கும் வயல்வெளி. நட்டது பாதி, நடாதது பாதி, நட்ட முதல் மயிலப் பச்சையாக இருப்பது, பச்சைபிடித்து நிமிர்ந்துவரும் இளநடவு, இரண்டு, மூன்று வாரத்துப் பயிர்—இப்படிப் பல தரத்தில் இருக்கும். மழையில் வாழ்ந்தோடிய தரை, பரப்பிய பட்டுப் போன்று படிந்து விரிந்துக் கிடக்கும். காலில் மண் ஒட்டாமல் நடக்கலாம். மனத்திலும் அன்றைய மகிழ்ச்சி ஒட்டாது. பருவங்களின் சுழற்சிக்குப் பொருந்திவரும் வாழ்க்கையே விவசாயம். இந்தச் சுழற்சியின் எந்தக் கட்டத்திலும் பொருந்தாமல் வருவது தீபாவளி. கிராமத்தின் ஆதாயம் செலவுகள் தொடாமல் நிற்கும் வீடுகளில், வியக்கலாமா, வெறுக்கலாமா என்று நம்மைக் குழப்பும் பகட்டோடு, தீபாவளி அங்கே மினுக்கிக்கொண்டு வரும்.

'தேவையும் திங்களும் இருப்பவர்களுக்குத்தான்' என்று சொல்வதுண்டு. இல்லாமையை தீபாவளியைப் போல் இரக்கமில்லாமல் பறைசாற்றியது வேறெதுவுமில்லை. அடையாள அரசியலின் தாக்குக் குறி, நெல்லை மலினமாக்கும் நெருக்கடி, மில் துணி ஆக்கிரமித்துக்கொண்ட கைத்தறியின்

இடம், காலமில்லா காலத்தில் வரும் விழா—இப்படியாக, தீபாவளி ஒரு இழுபறி களமாகவே அப்போது இருந்தது. இன்றைக்கோ, எப்படித்தான் வந்ததோ என்று பெரும் கொண்டாட்டச் சூழலாக வரும் தீபாவளியில் இந்த இழுபறியின் அடையாளம்கூட இல்லாமல் போய்விட்டது. பூர்வ காலம்போல் பருவங்களின் சுழற்சியோடு கட்டுண்டு கிடக்க வேண்டாம்; தன்னிச்சையாகவே வரலாம், போகலாம் என்று விழாக்களுக்கு புதிதாக வந்திருக்கும் சுதந்திரம்தானே முன்னேற்றத்தின் அடையாளம்! தீபாவளிக்கு இந்தச் சுதந்திரம் இப்போது தாராளமாகவே கிடைத்திருக்கிறது.

அக்டோபர் 2014

* * * * *

நிறைய அள்ளி மொறுமொறுவென்று தின்னும் பண்டம் இது ஒன்றுதான். மாற்றுக்காக, ஒவ்வொரு நாள் வரையோட்டில் சோளத்தை வறுத்துத் தரு வார்கள். அப்படி வறுப்பதற்குக் காய்ந்த தூவாளி மணலைத் தேடி அலைய விடும் மாரிக் காலம் கார்த்திகை.

திருமணமான பெண்களுக்குச் சில குடும்பங்களில் புகுந்த வீட்டில் வளைகாப்புப் போட்டுப் பிறந்த வீட்டுக்கு அழைத்துவருவது இங்கு வழக் கம். பெண்ணின் தாய்மாமன் பொரிக் குடம் தூக்கிச்செல்வது வளைகாப் பில் ஒரு மரபு.

இந்த மாதத்தில் ஊரின் பல வீடுகளில் நெல் தட்டுப்பட்டுப்போகும். பிரசவித்த பெண்களுக்குப் பத்தியச் சாப்பாட்டுக்குக்கூடப் பழைய நெல் கிடைக்காது. பிரசவித்த பச்சை உடம்புக்குப் புது நெல் அரிசி ஆகாது. அடித் தட்டு மக்களிடையே கீரைத் தண்டும் கருவாடும்தான் குழம்புக்கு உரியதாக இருக்கும். நெல்லுக்குப் பண்டமாற்றாக மரவள்ளிக் கிழங்கை வாங்கி அவித்து உண்பார்கள். நாளின் மூன்று வேளைகளில், ஒரு வேளை உணவு விவசாயத் தொழிலாளர்களுக்கு இப்படிக் கழியும். மேலத் தஞ்சை யிலிருந்து கூண்டு கட்டிய வண்டிகளில் வரும் மரவள்ளிக் கிழங்கு நெல் லுக்கு விற்றுக்கொண்டே கீழத் தஞ்சையின் கிராமங்களில் நாட்கணக்காக நகரும். மேலத் தஞ்சையின் தென்பகுதிகளில் அப்போது அதிகம் நெல் விளைந்ததில்லை. அவித்த மரவள்ளிக் கிழங்கு அரிந்த வில்லைகளாகிப் பாலத்துக்குப் பாலம் கூடைகளில் விற்கும். கார் குறுவை, கருங்குறுவை என்று சில குறுவை நெல் வகைகளைக் கார்த்திகை மாதம் அறுவடைக்கு வரும் பட்டத்தில் பயிர்செய்வது உண்டு. சாப்பாட்டுக்கு இப்படிக் குறுவை நெல் வீட்டுக்கு வேண்டியிருந்தது என்றால், அதில் ஒரு கேவலம் ஒட்டிக் கொள்ளும். சென்ற தை மாதச் சம்பா நெல்லை அடுத்த தை மாத அறு வடைவரை இருப்பு வைக்க இயலாமல் பஞ்சையாகிப்போன குடும்பம் என்று ஊருக்குத் தெரிந்துவிடும். அதன் அறுவடையின்போது அரிக் காய்ச்சல் போட்டு அடிக்கும் பருவமல்லாத மழைக்காலம் குறுவைக்கு. இப்படிக் கொஞ்சம் பதமாகவே வரும் குறுவையைக் கையோடு விற்று விட்டு, கிடைக்கும் இடத்தில் பழைய நெல் வாங்கத்தான் முனைவார்கள். தட்டுப்பட்டவர்கள் மட்டுமே நட்டுக்கொண்டிருந்த குறுவை, பின்னாளில் விற்பதற்கென்றே கிட்டத்தட்ட நான்கு லட்சம் ஏக்கரில் விளைந்து, பர பரப்பாகக் கேரளாவுக்குச் சென்றுகொண்டிருந்தது வணிகமயமான விவ சாயத்தின் அடையாளம்.

பெரிய கார்த்திகை

கார்த்திகை மாதப் பவுர்ணமியில் வரும் கார்த்திகையைப் பெரிய கார்த் திகை என்பார்கள். மழைக்கால முழு நிலவின் ஒளி, மொழியின் சொற்

கள் தோற்றுப்போகும் தருணங்களில் ஒன்று. அந்த ஜொலிப்பில் ஆயிரம், லட்சம் ஒளிப் பொட்டுகளாக அகல் விளக்குகள் வீடுவீடாக, தெருத்தெரு வாக முடிவில்லாமல் நீண்டுகொண்டேயிருக்கும். தொன்மையிலும், எளி மையின் வசீகரத்திலும், கண்கொள்ளா விரிவிலும் கார்த்திகைக்கு ஈடாக மற்றொரு விழாவைச் சொல்ல இயலாது. கார்த்திகை நாளிலும், அதற்கு முதல் நாளும், மறுநாளும் மூன்று நாட்கள் வீட்டிலும் திண்ணையிலும் வாசலிலும் பெண்கள் அகல் விளக்குகளை ஏற்றிவைப்பார்கள். நிரைநிரை யாக ஒளிரும் அகல்கள் மீன் பூத்த வானம் தரைக்கு வந்ததுபோல் இருக்கும்.

முன்னிருட்டுக் காலம் கார்த்திகை. பொழுது சாய்ந்த மசண்டையில் வீட்டில் குத்துவிளக்கேற்றிப் பழம், வெற்றிலைப்பாக்கு வைத்துத் தேங்காய் உடைத்துச் சாமி கும்பிடுவார்கள். கார்த்திகைப் பொரியும், சில வீடுகளில் அப்பமும் படையலாக இருக்கும். பச்சை அவலில் வெல்லம், தேங்காய் கலந்து படைப்பதும் உண்டு. அங்கிருந்து அகல் விளக்குகளை ஏற்றி வீட்டு நிலைப்படிகளின் இரு பக்கமும் வைத்திருக்கும். திண்ணைக் குறடும் தெரு வாசலும் அகல்களால் அலங்கரித்திருக்கும். அடுப்பு, அரிசிப் பானை, உப்பு மரவை, தவிட்டுக் கூண்டு, மாட்டுக் கொட்டில், கிணற்றடி, குப்பைக் குழி இவற்றிலும் தவறாமல் ஒரு அகல் விளக்கு எரியும். அன்று வீட்டுக்கு வரும் இலக்குமி இங்கெல்லாம் தங்கித் துலங்க வேண்டும் என்று பெண்கள் வேண்டிக்கொள்ளும் மரபு. உப்பும் தவிடும் குப்பையும்கூடத் திருமகள் தங்குமிடமாகப் பார்க்கும் கலாச்சாரத்தின் தன்மையை முழுமையாகப் புரிந்துகொள்ளத் தற்காலத்தில் இயலாது. உப்பும் தவிடும் அரிசியும் தண் ணீரும் புது வீடு குடிபோகும்போது உடன் கொண்டுசெல்லும் முதல் பொருட்களாக இருப்பதை நினைத்துக்கொள்ள வேண்டும். குடிபுகுவதற் குக் கார்த்திகை மாதத்துக்காகக் காத்திருப்பார்கள். அவ்வாறே வீட்டில் புது அடுப்புக் கட்டுவதும் இந்த மாதத்தில்தான்.

குப்பையிலும் இலக்குமி

முப்பதைந்து ஆண்டுகளுக்கு முன்பு திருவண்ணாமலையில் தீபம் பார்த்த கையோடு ஊருக்குத் திரும்பிக்கொண்டிருந்தேன். திருக்கோயிலூருக்குச் சற்று முன்பு சாலை ஓரத்தில் ஒரு ஓலைக் கூரை வீடு. அருகே இரண்டு உழவு மாடுகள் கட்டியிருந்தன. ஓரத்தில் இருந்த குப்பைக்குழியில் ஒரு அகல் விளக்கு. எனக்குத் திருமாமகளை அங்கே கண்டது போன்றிருந்தது. காலத்தாலும், இடத்தாலும் விலகி எட்டி நிற்பவற்றில் 19ஆம் நூற்றாண்டு ஆங்கிலக் கவிகள் கண்ட கவர்ச்சியாக நான் இதைச் சந்தேகிக்கவில்லை.

இப்போது தீபாவளியில் மீத்திய சீனி வெடியைக் கார்த்திகையில் வெடிக்கிறார்கள். முன்பு பனம்பிடுக்கைக் கருக்கி இடித்து, உமியும் கொஞ் சம் உப்புக்கல்லையும் சேர்த்துத் துணிப் பையில் திணித்து, அதில் சிறிய

ஓட்டையிட்டுப் பற்றவைத்துச் சுற்றினால் எரிந்து, பொரிபொரியாகச் சிதறும். கார்த்திகையில் இது சிறுவர்களின் விளையாட்டாக இருந்தது.

எங்கள் வீட்டில் அகல்களோடு விதம்விதமான மண் விளக்குகளும் இருந்தன. இலக்குமி விளக்கு வடிவில் சில மூன்று முகம் வைத்துச் சுடு மண்ணால் செய்யப்பட்டிருந்தன. இவை போதாதென்று அன்றைய தேவைக்குப் பச்சை மண்ணால் நிறைய அகல்களைச் செய்துகொள்வோம். அவை எண்ணெயில் ஊறிச் சிதைந்துவிடாது. தீபத்துக்குப் பெரும்பாலும் பயன்படுத்தியது இலுப்பை எண்ணெய். பின்னைக்கொட்டை எண்ணெயும் உண்டு. நல்லெண்ணெயெல்லாம் அவற்றுக்கு அடுத்துதான். அந்த ஆண்டு திருமணமாகிப் புகுந்த வீடு சென்ற உடன்பிறந்தாளுக்குச் சீர் கொண்டுசெல்வது சில குடும்பங்களில் வழக்கம். சீர்வரிசையில் விளக்குக் களும் இருக்கும். கார்த்திகையின்போது அந்த விளக்குகளைப் புகுந்த வீட்டில் ஏற்றிவைப்பார்கள்.

கற்பூரச் சொக்கப்பனை

கார்த்திகை நாளின் அந்தியில் சிவன் கோயில்களிலும் அடுத்த நாள் பெருமாள் கோயில்களிலும் வழிபாடு ஒன்று உண்டு. பெருமாள் கோயிலில் பருத்திக் கொட்டையைத் துணியில் முடிந்து ஒரு சட்டியில் வைத்து எண்ணெய் ஊற்றியிருக்கும். முடிச்சின் நுனி திரியாக இருக்கும். இதைச் சுற்றிலும் தாம்பாளத்தில் ஐந்து மடக்குகளில் தீபம் ஏற்றிப் பெருமாளுக்குத் தீபாராதனை நடக்கும். எங்கள் ஊரில் பெருமாளுக்கும் தாயாருக்கும் தீபத் தாம்பாளம் முன்னால் செல்ல, பிராகாரத்திலேயே அன்று புறப்பாடு. தாயார் படிதாண்டாப் பத்தினியாதலால் கோயிலுக்கு உள்ளேயே நின்று கற்பூரச் சொக்கப்பனை காண்பார். ஒன்றிரண்டு பட்டைகளை உரித்துவிட்டு ஒரு வாழை மரத்தைத் தண்டாக நட்டு, அதன் உயரத்துக்கு இரும்பு அகல்களைச் சுற்றிலும் செருகியிருக்கும். அவற்றில் கற்பூரத்தை வைத்து எரிய விடுவார்கள். அவை எரியும்போது கீழிருந்து மேலாக குங்கிலியப் பொடியைத் தூவுவார்கள். பின்னர் பெருமாள் மட்டும் கோயிலுக்கு வெளியே வந்து சொக்கப்பனை காண்பதற்கு நின்று கொள்வார். தாயாருக்கும் சேர்த்து இரண்டு சொக்கப்பனை தனித்தனியாக இருக்கும். பனை மட்டைகளை வெட்டிக் காயவைத்துக் கூம்பாகச் சொக்கப்பனை கட்டியிருப்பார்கள். பெருமாளுக்கு முன்னால் வந்த தீபத்தைக் கொண்டு சொக்கப்பனை கொளுத்தப்படும். சிவன் கோயில் களிலும் இவ்வாறுதான். அங்கே கற்பூரச் சொக்கப்பனை மட்டும் கிடையாது. பனை மட்டைகள் சடசடத்து எரியும்போது சுடலை பறக்கும். அதைத் தாவிப் பிடித்து நெற்றிக்கு அணிந்துகொள்வார்கள்.

மின்விளக்கைப் போல் இருளை அழித்துத் துடைத்துவிடாமல் அதைப் பின்னணியாக வைத்துக்கொண்ட ஓவியமாக அகல் விளக்கு எரியும். பார்ப்பவற்றிலும், கேட்பவற்றிலும் உள்ள ஆரவார அம்சங்களுக்கே நமது ரசனை அடிமையாகிவிட்டதல்லவா! கோலத்தின், குத்துவிளக்கின், இந்த அகல் விளக்கின் ஈர்ப்பு நமக்கு இன்னும் இருக்கிறதே! இதிலும், இதை ஒத்த வற்றிலும்தான் நமது ரசனையின் மறுமலர்ச்சிக்கான வித்து ஒளிந்துகொண்டிருக்கிறது.

5.12.2014

* * * * *

4
நெல்லைப் போற்றிய காலம் அது

கதையிலும் காவியத்திலும் ஒன்றை ஒன்று துரத்திக்கொண்டு சம்பவங்கள் ஒரு உச்சத்துக்குச் செல்லும். இப்படியே பயிர்த்தொழிலின் உச்சமாக வருவது தைப்பொங்கல். மஞ்சுவிரட்டும் இப்போது சேர்ந்துகொண்டதால் காவியச் சுவை போன்ற ஒரு சுவைக்குப் பஞ்சமில்லை. பொங்கல் என்ற உச்சத்துக்குப் பின்னால் வந்து, நமது எழுத்து உலக வலைக்கு இன்னும் அகப்படாமல் இருப்பவற்றில் பண்பாட்டு ஆர்வலர்களுக்கு மட்டுமே அக்கறை இருக்கலாம். நெல் விளைந்த மண் அறுவடைக்குப் பின் எப்படியிருக்கும்? அறுவடையான நெல் வீட்டுக்கு எப்படி வரும்? வந்த நெல்லை என்ன செய்வார்கள்? கதைக்கு உள்ள சுவாரசியம் இவற்றுக்கு இருக்காது என்று ஒதுக்க முடியாது.

வெளி நிறைக்கும் முழு நிலா

காவிரிப் படுகையில் பொன்னாகவும், இளமஞ்சள் பட்டாகவும் மின்னிக்கிடந்த வயல்வெளி, தை மாத அறுவடைக்குப் பின்னும் ஒரு புது அழகைப் பூசிக்கொள்ளும். பட்டப்பகலாக எரிக்கும் தை மாத நிலவில் இந்த வெளியைப் பார்க்க வேண்டும். குட்டானாகவும், கோட்டை மதிலாகவும் ஆங்காங்கே வைக்கோல் போர். களம் புழங்கியபின் முன்னிரவில் வயல் குறுக்காகவே நடந்து வீட்டுக்குத் திரும்பலாம். ஒட்டாத மெழுகாக உலர்ந்து, காலுக்கு மெத்தென்று இருக்கும் கழனியின் சேறு. மார்கழியில் வீசிவைத்த உளுந்தும் பயறும் ஐந்து, ஆறு இலைகளுடன் நெல்லின் தாளோடுதாளாக உரசி உறவாடும். புதுக் கருக்கு அழியாமல் நிமிர்ந்து நிற்கும் தாளுக்கு முத்தாகவும், மணியாகவும் நெல்லை வாரி வழங்கிய பெருமிதம். நடக்கும் காலுக்கு விலகி, மடங்கும் தாளின் சரசரப்பு தவிர வேறு அரவம் கேட்காது. தண்ணீர் இஞ்சினாலும் வாய்க்காலில் திட்டுத் திட்டாகக் கிடந்து நிலவைப் பிடித்துக் காட்டும் குட்டைகள். முன்பனியின் குளிரும் வெண்ணிலவின் குளிர்ச்சியும் பின்னிவரும் உணர்வு அப்படியே தனக்கு வேண்டுமென்று உடம்பு தவித்துப்போகும். மற்றதைக் காட்ட வந்ததா, தன்னையே காட்டிக்கொள்ள வந்ததா என்று வெளி நிறைத்து மயக்கும் முழு நிலவின் ஒளி.

பச்சை உடம்பாகும் இயற்கை

பகலிலோ வெயில் இருக்கும்; ஆனால் நிழல் தேடி ஒதுங்கத் தோன்றாது. சாரம் சுவறாமல் நிலம் காய்ந்திருக்கும்; ஆனாலும் செடியிலோ, கொடியிலோ வாட்டம் இருக்காது. பிரசவித்த பச்சை உடம்பாக இருக்கும் இயற்கை. பறங்கியும், பூசணியும், சுரையும் எல்லாமே பூவோ, பிஞ்சோ, காயோ வைத்திருக்கும். ''அதுவும் இரண்டு பிஞ்சு வைத்துக்கொண்டிருப் பதைப் பார்'' என்று நலிந்துகிடந்த செடியையும் புகழ்ந்து பேசுவார்கள். தை மாத மண்ணுக்கு அப்படியொரு சாரம். உலர்ந்து, காக்காகால் ஓடி யிருக்கும் வயலில் சில நாட்கள் சென்றால் வெடிப்பு ஓடும். ஆனாலும் உளுந்தும், பயறும் பனியிலேயே தழைத்து நெல் தாளை மூடிவிடும். இதை ஒதுக்கி ஊருக்கும்ஊருக்குமாக ஒற்றையடிப் பாதை பிறக்கும். தண்ணீர் காலத்தில் சாலை வழியாகச் சுற்றிச் செல்வதால் அடுத்த கிராமம்கூட எட் டிச் சென்றதாகத் தெரியும். ஆனால், அறுவடைக்குப் பின், நினைத்த இடத் தில் வயலில் இறங்கி நினைத்த ஊருக்கு நடக்கலாம். எங்கள் ஊரிலிருந்து எட்டிக்குடிவரை வயல் வழியாகவே பதினெட்டு மைல் நடந்திருக்கிறோம். இதைப் போன்று இரண்டு, மூன்று மடங்கு தூரத்தையும் வயல் வழியாகவே கடந்திருக்கிறார்கள். தை பிறந்தால் தூரம் குறைய வழி பிறப்பதும், அப் போது சாலைகள் சட்டென்று அந்நியமாவதும் காவிரிப் படுகையின் விந்தை. வயலும் வாய்க்காலும் விட்டுக்கொடுத்த இடம்தானே இங்கு கிராமங்கள்! குடியிருக்கும் பகுதியான நத்தம் நட்டது போக எஞ்சிய நிலப்பரப்பு.

தை வெள்ளியில் பிள்ளையார் கும்பிடுவதுதான் பொங்கலுக்குப் பின் வரும் முதல் வழிபாடு. மறுசுழற்சி ஒன்றின் துவக்கத்துக்கு அது இலக்கணம். வீட்டு வாசலிலோ, பின்கொல்லையிலோ பசுஞ்சாணத்தில் பிடித்த பிள் ளையாரும் அகல் விளக்குமாக அந்திப் பொழுதில் எளிமையாக நடக்கும். கொல்லையின் ஓரத்தில் செத்தி, சாணம் தெளித்துக் கோலமிட்டிருக்கும். அருகும் தும்பையும் சூட்டி ஒரு பிள்ளையார். ஊர் அசமடங்க இன்னும் ஒரு நாழிகை இருக்கலாம். வீட்டிலிருந்து தணலோடு ஒரு தூபக் கால். கைமணியை அடித்தபடியே பிள்ளைகள் காலைக் கோலிக்கோலி வரப் பிள் ளையாரிடம் செல்வோம். வழக்கமான வெற்றிலைப்பாக்கு, பழத்தோடு நாட்டுச் சர்க்கரை கலந்த அவல்கடலையும் உண்டு. கைகளால் உடம்பைப் போர்த்திக்கொள்ளும் தை மாதப் பனி. அரவமில்லா முன்னிரவைக் கை மணியின் கணகணப்பு கலைத்து விலக்க, அது மீண்டு வந்து மூடிக்கொள்வது போலிருக்கும். பிள்ளையாரைக் கும்பிட்டுவிட்டு அவல்கடலையைக் குழந் தைகளுக்குக் கை கொள்ளாமல் வழங்கி வீடு திரும்புவோம்.

அறுவடையில் கண்டுமுதலான நெல் வயற்களத்திலேயே பட்டறை யாகக் கிடக்கும். வயற்களம் என்பது அப்போதைக்கு அப்போது வயலி லேயே ஏற்பாடு செய்துகொள்ளும் களம். வயல் காய்ந்த பிறகு வரப்பை உடைத்துஉடைத்து மைல் கணக்கில் வண்டிச்சோடு உருவாகும். சோடு வழியாகவே வண்டியில் வந்து நெல் வீடு சேரும். வயலில் கிடக்கும் வைக் கோல் போரையும் போரடித்து, திரைத்து, அப்படியே கொண்டுவந்து போர்போட்டு, தலைகூட்டுவார்கள். திரையைக் கட்டுவதற்கும் வைக் கோலையே திரித்துப் பிரியாக்கிக்கொள்வோம். மழை உள்ளே இறங்கா மல் கங்கில் வழியுமாறு கூரைபோல் போர்போடுவதற்குத் தலைகூட்டுவது என்று பெயர். சாலைகள் ஈடுகொடுக்க முடியாத போட்டிச் சாலைகளா கவே வண்டிச்சோடு உருவாகும். நெடுஞ்சாலையாக இருந்த சோடு காவிரி யில் தண்ணீர் வந்து வெங்கார் பாய்ந்ததும் எங்கே மறைந்ததோவென்று கண் பார்த்திருக்கக் காணாமல்போகும். இப்படி நிலத்தை மட்டுமல்ல, எதையுமே மீளாத வகையில் பாழாக்குவதில்லை விவசாயம். உற்பத்தி யெல்லாம் பூமியைக் கொஞ்சிப் பெறும் ஆதாயம்.

நெல்லைப் போற்றிய காலம்

அறுவடையான கையோடு நெல்லை விற்றுவிடுவது வழக்கமில்லை. தொழிலாளியானாலும் ஆறு, ஏழு மூட்டை நெல்லை இருப்புக் கட்டினால் தான் அவருக்கு நிம்மதி. பண்ணைகளில் கண்டுமுதலான நெல்லைக் கணக்குத் தலைப்பில் வரவு வைப்பதுபோல் நான்காகப் பங்கீடு செய் வார்கள். ஒரு பத்தாயத்தில் சாப்பாட்டு நெல், ஒரு பத்தாயத்தில் அடுத்த ஆண்டுக்கான தரிசுக் கூலி நெல், பிறகு விதைக்கோட்டை கட்டுவதற்கு, கடைசியில் ரொக்கச் செலவுக்காக விற்பதற்கு. தரிசுக் கூலி என்பது அடுத்த ஆண்டுக்கான சாகுபடிச் செலவு. வயலில் ஆட்டுக் கிடை, மாட்டுக் கிடை கட்டும் செலவுக்குப் போரடி நெல்லைத் தனியாக வைத்துக்கொள்வார் கள். கருக்காயை மறுபடி தூற்றி, அதிலிருந்து அரிசிக் கருக்காய் சேர்த்துக் கொள்வார்கள். கருக்காய் கால், அரை அன்னம்பிடித்திருந்தால் அது அரிசிக் கருக்காய். இப்படி முழு நெல்லை, அரை நெல்லை, கால் நெல்லை, அது எங்கே ஒளிந்திருந்தாலும் துரத்திப் பிடிப்பதுபோல் சலித்துப் பொறுக்கி சேர்த்துக்கொள்வார்கள்.

விற்பதற்கான நெல் அதிகம் இருந்தால் அதைச் சேர் கட்டிவைத்து ஆடி மாதம்தான் விற்பார்கள். நெல் தாளைப் பெரிய வட்டமாகப் பரப்பி, அதில் நெல்லைக் கொட்டக்கொட்ட வைக்கோல் பிரியாலேயே சுற்றி, சுவராக்கி, கூரை வேய்ந்ததுபோல் மூடிவிடுவார்கள். சேர் பிரித்து நெல் எடுப்பதென் றால் உச்சியிலிருந்து எடுக்க வேண்டும். ஆயிரம் கலம் நெல்லைக்கூட இப்

படிச் சேர் கட்டலாம். திருவானைக்கா கோயில் பிராகாரத்தில் சேராகவே செங்கல்லால் கட்டிய களஞ்சியம் உண்டு. இந்தச் செங்கல் குதிருக்கு வைக் கோல் பிரியால் கட்டிய சேர் பூர்வ காலத்து முன்மாதிரி. இப்படி இணைத் துப் பார்க்கும்போது வரலாறு வெகு தூரம் பயணித்துவிடவில்லை என் றும், தொழில்நுட்பம் ஒன்றும் பெரிதாகச் சாதிக்கவில்லை என்றும் தோன் றும். ஞாயிற்றுக் கிழமையில் நெல் விற்பதில்லை. ஞாயிறு நெல்லின் பிறந்த நாள் என்று அன்பர் ஒருவர் எனக்கு மின்னஞ்சல் அனுப்பியிருந்தார். அது நெல்லைப் போற்றிய காலம்.

மாட்டுக்கும் ஒரு பங்கு

ஐந்து வேலி நிலம் உள்ளவர்களும் மரப் பத்தாயம் இல்லாமல் மண் குதிரிலேயே நெல்லை இருப்பு வைத்திருக்கிறார்கள். நீள்சதுரமாக இருக் கும் மண் குதிர்கள் சில வீடுகளில் இருக்கும் இடம் தெரியாமல் கனமான உள்சுவர்களாகவே இருந்தன. வட்டமாக இருக்கும் சக்கரக் குதிரும் உண்டு. எங்கள் வீட்டில் பத்துக்கு மேல் மண் குதிர்கள் இருந்தன. ஒன் றிரண்டு சக்கரக் குதிர்களும் இருந்தன. பின்னாட்களில் எல்லாமே மரப் பத்தாயங்களாக மாறி, அவையும் முப்பது ஆண்டுகளுக்கு முன்பு முற்றாக மறைந்துவிட்டன. குதிரும், பத்தாயமும் அடுக்கிய உறைகளாக இருக்கும். உறை எத்தனை கலம் நெல் பிடிக்கும் என்று துல்லியமாகச் சொல்வார்கள். செலவு ஆக ஆக, நெல் இருப்பு மேல்உறையை விட்டுக் கீழ்உறைக்கு இறங்கும். உறையைத் தட்டி அந்த ஒலியைக் கொண்டு எவ்வளவு நெல் செலவாகியிருக்கும் என்று கணக்கைப் பார்க்காமலேயே சொல்லிவிடலாம்.

அந்துப்பூச்சி அண்டாமலிருக்கக் குதிரில் கஞ்சங்கோரை செருகியிருக் கும். விதைநெல்லை அமாவாசையில் காயவைத்து, கோட்டையாகக் கட்டி வைத்துக்கொள்வார்கள். விதைக்கோட்டை கட்டுவதற்கு நெல்லின் தாள். சேர் கட்டவும் நெல்லின் தாள். இருப்பு வைக்க மண்ணால் ஆன குதிர். இப் படி எதுவுமே மண்ணை விட்டு அதிகம் விலகிச் சென்றதில்லை.

சித்திரை வருடப்பிறப்புக்குப் பிறகுதான் பத்தாயம் திறந்து நெல் எடுப் பது வழக்கம். அதற்குக் கைராசியும் நல்ல நாளும் பார்ப்பார்கள். பச்சை யாகவோ, புழுக்கியோ நெல் அரைத்து வந்தால், அது மனிதர்களுக்காக அரிசிக் கூண்டுக்கும், மாட்டுக்காகத் தவிட்டுக் கூண்டுக்கும் பிரிந்து செல் லும். வைக்கோலாக, தவிடாக, கழனியாக, கஞ்சியாக மாட்டுக்கு ஒரு பங் கில்லாத விவசாயம் இருந்ததில்லை. ஒவ்வொரு குடும்பத்திலும் தவிட்டுக் கூண்டு அளவுக்கு அரிசிக் கூண்டும் இருந்தது.

நெல்லை உரலில் குத்தி அரிசியாக்கிய காலமும் இருந்தது. கல்யாணத் துக்குப் பெண் தேடுபவர்களிடம் ‘‘நாள் ஒன்றுக்கு ஒரு கலம் நெல் குத்து

வாள்'' என்று பெண்ணைப் பரிந்துரைப்பார்கள். வீட்டுக்கு வீடு இரண்டு மூன்று உலக்கைகள் இருந்தன. உலக்கையின் இன்னொரு பயனைச் சொன்னால் இப்போது நம்ப மாட்டீர்கள். வீட்டுக்குத் தூரமான பெண்கள் இருக்கும் பகுதியைத் தடுத்துக் காட்டும் வரம்பாக உலக்கையைப் போட்டு வைப்பார்கள். பிரசவ அறைக்குள்ளும் ஒரு வரம்பாக இது கிடக்கும். அதைத்தான் அறை என்று சொல்வோம். அங்கே இருக்கும் சிசு அறைக் குழந்தை.

நெல்லைப் புழுக்கி அரிசியாக விற்பதற்கென்றே நகரங்களில் வலியங்காரத் தெரு இருந்தது. இந்த அரிசிக்கு வலியன் அரிசி என்றே பெயர். புழுங்கல் அரிசி சாப்பிடாத அக்கிரகாரங்களிலும் இட்லிக்கு ஊறப்போட வலியன் அரிசி வாங்கிக்கொள்வார்கள்.

எவ்வளவு நெல்லானாலும் மரக்காலைக் கொண்டே அளப்பார்கள். அளக்கும் மரக்காலைப் பொலியில் பாய்ச்சுவதும், அது ஒரு விரலில் சுழன்று நெல் பிடிக்கும் கூடையில் கொட்டுவதும் இமைப்பொழுதில் நடக்கும். அடி வைக்கும் இடமெல்லாம் நெல்லாகத்தான் இருக்கும். ஆனாலும், ஒரு மணிகூட வீணாகாது. அளந்து போட்ட நெல்லிலிருந்தும் ஐந்து, ஆறு மணிகளை அளந்த மரக்காலில் திரும்பப் போட்டுக்கொள்வார்கள். வீட்டில் அம்மை கண்டிருந்தால் தலைக்குத் தண்ணீர் விடும்வரை யாருக்கும் நெல் கொடுக்க மாட்டார்கள். திதி கொடுக்கும் நாளிலும், திவச நாட்களிலும் நெல் கொடுப்பதில்லை. அப்போது நெல்லுக்கு இருந்த மதிப்பைச் சொல்லி மாளாது.

சில குடும்பங்களில் திருமணம் மாப்பிள்ளை வீட்டில் நடக்கும். முதல் நாளே பரிசம்போட்டுப் பெண்ணை அழைத்துக்கொள்வார்கள். பித்தளைப் படியில் நெல்லை நிறைத்து அதன்மேல் நல்லவிளக்கு வைத்திருக்கும் நிறைநாழியோடு மணப்பெண் மாப்பிள்ளை வீட்டுக்குள் நுழைவார். நிறைநாழிப் படியும், நல்லவிளக்கும் மணப்பெண் கையோடு கொண்டுவர வேண்டியவை. மணப்பெண் கால் வைத்து நடக்கும் தரை நெடுக நெல்லை இறைத்துவைப்பார்கள். மணமக்கள் உட்காரும் புதுப் பாயின் கீழே நெல்லைப் பரப்பிவைப்பார்கள். தாலி கட்டும்போது நெல் கோட்டை மேல் மணப்பெண்ணை உட்காரவைப்பது சிலரது வழக்கம். பிறந்த வீட்டுக்கு மறுவுண்ண வந்து, புகுந்த வீடு புறப்படும் பெண்ணுக்கு நெல்லைப் போட்டுத்தான் ஆசி கூறுவார்கள். மகான்களின் அவதார நாள் விழாக்களில் கலந்துகொள்பவர்கள் நெல் வித்தை ஆசிர்வாதமாகப் பெற்றுத் திரும்புவார்கள்.

குதிர், பத்தாயம் எல்லாம் இப்போது காண முடியாது. உரலும், உலக்கையும், குந்தாணியும் அருங்காட்சி உருப்படிகள். பின்னர் வந்த அரவை

மில்களும் ஓய்ந்து, பாழ்பட்டுக் கிடக்கின்றன. அப்போது நெல்லின் மேலிருந்த ஆசையில் நட்டது போக எஞ்சிய நாற்றை வாய்க்காலிலும், கன்னியிலும் நட்டுவைத்து அறுவடை செய்வார்கள். பழையவற்றைப் பண்பாட்டின் எச்சங்களாக்கி, புதியவை வந்து புகுந்துகொண்டன. மறைந்தவை பழைய முறைகளும், வழக்கங்களும் மட்டுமல்ல. பயிர்த்தொழில் மீதிருந்த காதலும், கல்லாமல் கற்ற கைத்திறன்களும் காணாமல்போயின. இப்படிச் சொன்னால் அது சுருக்கிக் கூறியதாகும். காணாமல்போன அந்தக் காதல் சமுதாயத்துக்கு ஒரு பண்பாட்டிலிருந்த பற்று.

09.02.2015

* * * * *

5

மார்கழியின் மற்றொரு பக்கம்

மனிதர்கள் உடம்பெடுத்துப் பிறந்ததன் பயனைத் தங்கள் மேனியில் உணரும் மாதம் மார்கழி. வெயிலும் பனிக் காற்றும் ஒன்றையொன்று இத மாக்கிக்கொண்டிருக்கும். நிலந்தெளியாத காலையில் குளிக்கச் செல்பவர் கள் குளிருக்கு அஞ்சிக் கரையிலேயே நிற்பார்கள். குளத்தில் இறங்கிவிட் டாலோ நீரின் கதகதப்பு கரையேற விடாது. பனிமூட்டத்தை ஊடறுத்து வரும் ஆதவனின் கதிர்களில் சிறுவர்கள் வெயில்காய்வார்கள். விடிவதற்கு முன் வீட்டுக் கூடத்தில் கிடைப்பதைக் கொளுத்திக் கைகால்களைக் காய்ச் சிக்கொள்வார்கள். உடம்பில் உணரும் இந்த உணக்கைதான் மார்கழியை மாதங்களில் சிறந்ததாக்குகிறதோ!

இராம நாடகக் கீர்த்தனைகள்

இயற்கையிலும், கலாச்சாரக் களத்திலும் மார்கழி விட்டுச் செல்லும் தட யங்கள் நமது கண்களுக்குத் தெரிவதில்லை. கிராமங்களில் வெள்ளி முளைப் பதற்கு முன்பே தாதர் சேமக்கலம் வாசித்துச் சங்கு ஊதுவார். அப்போது அருணாசலக் கவிராயரின் இராம நாடகக் கீர்த்தனைகள் சிலவும் அவர் பாடுவது உண்டு. தாதர்கள் குறைந்துவிட்டதால், இருக்கும் இடங்களில் ஒருவரே இரண்டு மூன்று கிராமங்களுக்கு ஊதி நெல் வரும்படி பெறு கிறார். கோயில்களிலும், பஜனை மடங்களிலும், கம்பசேவை மடங்களி லும், தெருவுக்கு ஒன்றிரண்டு இடங்களிலும் இப்படி ஊதுவார்கள். அற் றுப்போகும் உயிரினங்கள்போல், பழங்குடிகள்போல் சில சாதிகளும் அற்றுப்போகின்றன. ‘‘இப்போது நூறு, இருநூறு குடும்பங்களுக்குள்தான் நாங்கள் இருக்கிறோம்’’ என்றார் எனக்குப் பழக்கமான தாதர். எதிரே உட்கார்ந்து என்னோடுதான் பேசிக்கொண்டிருந்தார். ஆனால், மனித இனத்துக்கு ஏற்கனவே அயலாராகி, வெளியே நின்று அதனோடு பேச முயன்ற தீனக் குரலின் தொனி.

மௌனம் காக்கும் மார்கழி

நீர்ப் பரப்பிலிருந்து பனிப்புகை துணிப் படலமாக எழும்பிக்கொண் டிருக்கும் சலனமில்லாத அமைதி. வெள்ளையும் சிகப்புமாக அல்லி பூத்துக் கிடக்கும் குளம், குட்டை, ஓடை, வாய்க்கால் எல்லாம் நிறைகுடமாக மௌனம் காக்கும். காவிரி கிளைத்துக்கிளைத்து, 'ஓ' வென்று ஓடிக்கொண் டிருந்த தண்ணீர், மெலிந்து ஓசையில்லாமல் இறங்கித் தவழும். வயல்களி லிருந்து வடியும் நீரை வாங்கி வாய்க்கால் மெதுவாகக் கடத்திக்கொண் டிருக்கும். அங்கொன்றும் இங்கொன்றுமாக மீன் துள்ளுவதுதான் சலனம். இந்தச் சலனங்களும் மௌனத்தின் ஆழத்தைத்தான் காட்டும். பேசிப் பகிர்ந்துகொள்ளாத இலக்கை நோக்கிப் பயணிக்கும் நிறைபாரமான வண்டிகளாக இயற்கை நகரும். ஓசை தனது இருப்பை அமைதியிலிருந்து பெறுவது அப்போதுதான் நமக்கும் புலனாகும். தென்னையின் பச்சை ஓலைகளைப் பற்றி, வைக்கோல் வேய்ந்த கூரையில் காரைகளைப் பற்றி, புகையாக இருக்கும் பனி தன்னைத் திரட்டி, துளியாக்கிக்கொண்டு நீராகப் பூமிக்கு இறங்கும். தைப்பொங்கலை இலக்காகக் கொண்டு காலத்தைப் பத்தாம் நாள், ஒன்பதாம் நாள் என்று இறங்கு வரிசையில் கணக்கிட்டு வருவார்கள். வேலையின் தீவிரத்தில் விளையும் மௌனத்தில் எங்கும் ஒரு பெரும் எதிர்பார்ப்பு. மனத்துக்கு மட்டுமே ஊகத்தால் எட்டுவது கண் ணுக்கே தெரியும் உருக்கொண்டதுபோல் இருக்கும்.

பூப்போடும் மடையான்

ஏறத்தாழ மார்கழி நடுவில் கர்ப்போட்ட காலம் துவங்கும். ஈசானியத் திலிருந்து பொதிப்பொதியாக வெண் மேகங்களின் தென்மேற்குத் திசைப் பயணம் மாத இறுதிவரை ஓயாது. நாணல் பூத்து வாய்க்கால்களுக்குப் புருவங்கட்டியிருக்கும். பால் கட்டாக, பாளை உடைந்ததாக, வில் வளை வாக, இப்படிப் பல கட்டங்களில் நெல்லைக் காணலாம். மரகதப் போர் வைக்குள் முகம் புதைத்த பொன் மணிச் சரங்களாக இருக்கும் நெல். மாலை வெயிலில் மஞ்சள் பட்டாகவும் விரிந்திருக்கும். வாய்க்கால்களில் கண்ணாடியாகத் தெளிந்திருக்கும் தண்ணீர். பளிச்சென்ற வெண்மையில் கொக்கும் மடையானும். இவை பத்திபிடித்து, துவளும் தோரணமாக வானில் பறக்கும். அப்போது இரண்டு கைகளிலும் விரல்களை மடக்கி, நகத்தோடு நகம் உரசி, "மடையான் மடையான் பூப்போடு" என்று கூவிக்கொண்டே ஓடும் சிறுவர்களின் ஆர்வம்.

மூங்கில் வெடித்து, குருத்தாகி, நெடுநெடுவெனப் பூஞ்சாம்பல் பூசிப் போத்தாக வானத்தை அலைந்துகொண்டிருக்கும். மஞ்சள் பூக்களை வாரி இறைத்துக்கொண்டு பனையிலும், மூங்கிலிலும் படர்ந்திருக்கும் காட்டுப்

பீர்க்கு. வீட்டுக் கூரைகளில் விண்மீனாகப் பூத்திருக்கும் பறங்கி, சுரை, கோவைக் கொடி. படிக மணிகளாகப் பனித் துளிகள் திரண்டு மின்னிக் கொண்டிருக்கும் சேம்பை இலை. தண்ணீர் கண்ட இடமெல்லாம் செருமிக்கிடக்கும் மீன்கள். அவற்றை வாரியிலும், ஓடையிலும் சார் குத்தித் தடுத்திருப்பார்கள். இங்கே தேங்கியிருக்கும் சார்முட்டிப் பொடி என்ற சிறிய மீன்கள். வார்த்தெடுத்த வெள்ளியாகத் துள்ளிக்கொண்டிருக்கும் பஞ்சலைக் கெண்டை. ஓடும் நீரில் ஊத்தாவைக் குத்தித் துளாவிப் பிடிக்கும் மீன். தூண்டிலால் பிடித்து, கோரையைச் சிலால் வழியே நுழைத்து, சடைப் பின்னலாகக் கோத்துக் கொண்டுவரும் நறுவை மீன். அறுத்துக் காயவைத்துக் கட்டுகளாகத் தலைச் சுமையாகவே சந்தைக்கு வரும் பாய்க் கோரை. வரப்பு, வாய்க்கால்களில் சீண்டுவாரில்லாமல் நிற்கும் முண்டாசுக் கோரை. இவையெல்லாம் இயற்கையில் நிகழும் சலனங்கள்.

வயல் வரப்பில் உழவர்கள் வாங்களை அரிந்து, காலில் படாமல் நெற் கதிரை ஒதுக்கிவிடுவார்கள். தப்பு விதையாக வரப்பில் வளர்ந்த நரிப்பயறு மஞ்சளாகப் பூத்துப் பிஞ்சுவைக்கும் காலம். வரப்பில் நடக்கும்போது புல் விதையும், பனியுமாகப் பிசிறிக் காலில் அப்பிக்கொள்ளும். குட்டை யானாலும், குளம்படித் தண்ணீரானாலும் மண் கலைந்து குழம்பாமல் தண்ணீர் படிகப் போர்வையாக நிலத்தை போர்த்தியிருக்கும். அடி வைக் கும் இடமெல்லாம் அயிரை மீன் குஞ்சுகள் அம்புக் கூட்டங்களாகத் தண்ணீருக்குள் அலைமோதும். அறுவடைக்கு முன் சில்லறை வேலைக ளாகக் கொல்லையில் மரங்களைக் கழித்து வேலி கட்டுவார்கள். நான்கு, ஐந்து வடும்பு வைத்து, நெருக்கிப் போத்து நட்டுக் கட்டியிருக்கும் வேலை யின் நறுவிசு நின்று பார்க்கச் சொல்லும். தென்னங்கொல்லையைக் கொத்தி மரங்களுக்கு அசடுகளைவார்கள். மண்வெட்டியால் கோட்டு கோட்டாக வெட்டிப் புரட்டிய மண் வானம் மணல் கொழித்ததுபோல் சீராகக் கிடக்கும். காவிரியின் சாரத்தை உறிஞ்சிவைத்திருப்பதைப் பார்த் தால் அதைக் கையில் எடுத்துக் கொஞ்ச வேண்டும்போல் வரும்.

தீத்தாங்கல்

அறிவிக்காத போட்டியாக மாதம் முழுதும் பெண்கள் வாசலில் கோலம் போடுவார்கள். பச்சரிசி மாவில் வெள்ளிக் கோடுகளாகத் தீட்டியிருக்கும் கோலத்தில் பறங்கியின் மஞ்சள் பூக்களைச் சாண உருண்டையில் செருகி வைப்பார்கள். மாதம் முப்பது நாளும் வாசலில் பூ போடுவதற்கு ஒப்பந்தம் செய்து கூடை நிறைய அள்ளிவந்து பெண்கள் வீடுவீடாகப் போட்டுச் செல்வார்கள். பின்னாட்களில் வண்ணத் தடுக்குகளாக வாசல் நிறைக்கும் கோலங்கள் வந்தன. வெள்ளி வலைப் பின்னலாக வானிலிருந்து மெல்ல இறங்கியதுபோல் ஒரு வாசற் கோலம். மறு வாசலில், வண்ணங்களின் ஆர

வாரம் இன்னதுதான் என்று கண்ணுக்குக் காட்டிக்கொண்டே ஒரு கோலம். தெருவில் நடப்பவர்களின் கலை உணர்வைத் தொட்டு நடையைத் தளர்த்தும் சித்திரங்கள். நிலைப்படிக்கு அருகில் அகல் விளக்கு ஏற்றி, அது நின்று ஒளிரும். வைக்கோலைக் கரிக்கி, சாணமும் வண்டலும் கலந்து, வீட்டில் தரையை மெழுகித் தீத்துவார்கள். தரையை வழவழப்பாகத் தீத்துவதற்குத் தீத்தாங்கல் என்ற கை கொள்ளும் அளவில் ஒரு கல் புழங்கியது. தீத்திய தரையின் கருப்புப் பின்னணியில் மாக்கோலம் கண்ணைப் பறிக்கும். சில வீட்டு மண் தரை, இது சிமென்டில் மெருகேற்றியதோ என்று சந்தேகப் பட வைக்கும். ஒவ்வொருவராகக் கெஞ்சிக் கேட்டுப்பார்த்தோம். எங்கள் வீட்டுப் பாட்டிகள் மண்ணை சிமென்ட் தரையாக மாற்ற விடவில்லை. ''குளிர் காலத்தில் சில்லிட்டு அடி வைத்து நடக்க முடியாது, கோடையில் கொதிக்கும்'' என்று சிமென்டின் இடைஞ்சலைச் சொல்லி மறுத்துவிட்டார்கள். சாணத்தைக் கொண்டு அதை எப்படி மெழுகுவது என்ற நுட்பமான சம்பிரதாயச் சிக்கலும் இருந்திருக்கும்.

மார்கழியின் காலையில் கேட்கும் ஓசைகளில் குயவர்கள் மட்பாண்டங்களைத் தட்டித் தயாரிக்கும் ஓசையும் ஒன்று. அப்போது நெய்த கோரைப் பாய், புதிதாகக் கோத்த அகப்பை, பிரிமணை, மூங்கில் கூடைகள் சந்தைக்கு வரும். தெருத்தெருவாக ஒட்டடைக் குச்சி விற்பார்கள். மாடுகளுக்குக் கொம்பு சீவி விடுவார்கள். தலைக் கயிறு, கழுத்துக் கயிறு, நூல் கயிறாகவே மூக்குக் கயிறு, கழுத்துச் சலங்கை, நெட்டி மாலை எல்லாம் மும்முரமாக விற்கும். பொங்கல் நெருங்கி வரும்போது கரும்புக் கட்டும், வாழைத் தாரும் கடைத்தெருவில் குவிந்துவிடும். அப்போது நாமக் கரும்பு என்று ஒருவகைக் கரும்பு விட்டுவிட்டு நெட்டுவாக்கில் தெரியும் இளம்பச்சைக் கோடுகளோடு கருநீலத்தில் இருக்கும். அது இப்போது இல்லை. கவர்ச்சியான தோற்றமில்லாததால் காணாமல்போனவற்றில் அதுவும் ஒன்று என்றால் அது எளிமைப்படுத்திய புரிதல். சித்திரக்காரர்களும் மற்றவர்களும் கரும்பு என்று உருவாக்கிய நமது மனப் படிமத்துக்கு அது அந்நியமாகிவிட்டதுதான் காரணம். சடங்குகளின் எத்தனையோ கூறுகள் இப்படியே தெரிந்தோ தெரியாமலோ உருவான மனப் படிமங்களில் பிறந்தவை. சடங்குகள் உள்ளது உள்ளவாறே மனப் படிமங்களாகின்றன என்று சொல்ல முடியாது.

மேலச் சீமைக்கு வலசை

தஞ்சையின் கிழக்குப் பகுதி விவசாயத் தொழிலாளர்கள் மார்கழி முதல் வாரத்தில் மேலச் சீமை என்று அவர்கள் அழைக்கும் மேற்குப் பகுதிக்கு வலசை போகும் பறவைகள் போன்று இடம்பெயர்வார்கள். அங்கு கடலை விதைப்புக்குத் தோதுவாக நெல் அறுவடை முன்கூட்டியே நடக்கும். இரு

பது நாட்களுக்கு மேல் அங்கேயே தங்கி அறுவடையை முடித்துவிட்டுத் தங்களுடைய கீழ்ப்பகுதிக்குப் பொங்கலுக்கு முன் திரும்புவார்கள். வளமான கீழத் தஞ்சையிலிருந்து தொழிலாளர்கள் வேலை தேடி இடம்பெயர்வதும் உண்டா என்று நீங்கள் ஐயப்படலாம். இங்கு நடவு, களையெடுப்பு எல்லாம் முடிந்துவிட்டால் தை அறுவடைவரை மராமத்து வேலைதான் நடக்கும். உபரியாக இருக்கும் தொழிலாளர்கள் வேலை தேடி மேற்கே செல்வார்கள். ஏகமும் ஒரே புவி அமைப்பைக் கொண்டதாகச் சொல்ல முடியாது தஞ்சையை. நிர்வாகப் பிரிவுகளான வட்டம், கோட்டம், மாவட்டம் எல்லாம் புவியமைப்புக்கு இசைகேடான எதேச்சாதிகார ஏற்பாடு.

காலையில் கோயில்களில் திருப்பாவை, திருவெம்பாவை பாடுவது வழக்கம். பெருமாள் கோயிலில் வெண்பொங்கலோடு சுக்குவெல்லமும் கூட நிவேதனமாக இருக்கும். எங்கள் ஊரில் வைகுண்ட ஏகாதசிக்கு முன்பு பத்து நாட்களும், அதற்குப் பின்பு பத்து நாட்களும் பெருமாளும் ஆழ்வார்களும் கேட்க திவ்யப் பிரபந்த சாற்றுமுறை நடக்கும். முதல் பத்து நாட்களான பகல்பத்தில் வல்லாள ராஜா மண்டபத்திலும், இராப்பத்தில் ஆயிரங்கால் மண்டபத்திலும் பெருமாள் ஒவ்வொரு நாளும் ஒரு வேடத்தில், ஒரு ஆடையில், வெவ்வேறு கிரீடம் தரித்து எழுந்தருளுவார். இரு பத்தோராம் நாளில் இயற்பா சாற்றுமுறை. மார்கழியில் திருப்பாவை, திருவெம்பாவை, திருப்பள்ளியெழுச்சி பாடுவதுதான் அப்போது குழந்தைகளுக்குப் பள்ளிக்கு வெளியிலான நல்ல தமிழ்ப் பயிற்சியாக இருந்தது. சிவன் கோயில்களில் மார்கழி திருவாதிரை நிகழ்ச்சி. ஆதிரை நாள் இரவில் நடராஜருக்கு அபிஷேகம் நடந்து விடிந்தவுடன் புறப்பாடு இருக்கும். திருவாரூரில் நடராஜர் அபிஷேகத்துக்குப் பின் தியாகேசரின் வலது பாத தரிசனம் என்ற நிகழ்ச்சியும் உண்டு. சமுதாயத்துக்குக் கோயில் வழிபாட்டில் இருக்கும் ஈடுபாடு உச்சத்தை எட்டுவதும் மார்கழியில்தான். கோயிலின் ஒவ்வொரு நாள் நிகழ்ச்சியும் இயன்றவர்களின் உபயமாகவே நடக்கும்.

பருவங்களின் சுழற்சியை ஒட்டிய பொருளாதாரக் காரணிகளும் அவற்றால் விளையும் பண்பாட்டு வழக்கங்களும் மார்கழியில் தெளிவாகத் தெரியும். அவ்வாறே, பண்பாட்டு வழக்கங்களால் பிறக்கும் பொருளாதார நிகழ்வுகளும் இம்மாதத்தின் மற்றொரு பக்கம்.

07.01.2015

* * * * *

6

பொங்கலும் புதிரும்

சென்ற நூற்றாண்டின் முற்பகுதியிலிருந்து தமிழின அடையாளத்தை வலுப்படுத்தும் பண்பாட்டு அம்சங்களுள் பொங்கல் முதன்மை பெற்று, அதுவரை இல்லாத பொருள் பொதிவுடன், ஒரு குறியீட்டுத் தகுதியோடு வழங்கத் துவங்கியது. அப்போது கொண்டைய ராஜுவின் வண்ணத் தூரிகை வரைந்த வாழ்த்து மடல் ஓவியங்களும், வார இதழ்களின் எழுத் தோவியங்களும், பிறவும், பொங்கலுக்கு முகம் போன்றவற்றை மட்டும் தானே மக்களின் மனப் படிமமாக மாற்ற இடமிருந்தது! இந்தப் பண்பாட் டின் செறிவைக் காட்டும் மற்ற கூறுகளையும் காணலாமே!

போகியில் புதுக்குவதும் உண்டு

மார்கழி செம்பாதிக்கு மேல் கார்மேகங்களின் ஓட்டம் நின்றுவிடும். ஐப்பசியில் துவங்கிய மாரிக் காலம் ஓய்வதற்கான அடையாளம். விடு பட்டு வெளிக் கிளம்புவதுபோல வெள்ளைவெளேரென்று மேகக் கூட் டங்கள் வடகிழக்கிலிருந்து தென்மேற்காக நாளெல்லாம் விரைந்துகொண் டிருக்கும். இதுவேதான் பெய்து ஓயவிருக்கும் வடகிழக்குப் பருவமழை யின் வான் வெளிப்பாட்டை. கீழத் தஞ்சை விவசாயிகள் இந்தத் திசை யிலிருந்து வீசும் காற்றைக் குணவடை என்பார்கள். கர்ப்போட்ட காலத் தில் இப்படிப் பஞ்சுப் பொதிகளாக, பொங்கும் நுரையாகக் கிளம்பி வரும் வெண் மேகக் கூட்டங்கள்தான் ‘பொங்கல்’ என்பார் எனது ஆசிரி யர் அருணாச்சலம் பிள்ளை. இதைக் கண்டவுடன் தமிழர்கள் மாரிக் காலம் முடிந்தது என்று வீடுவாசலைத் துப்புரவாக்கி, வெள்ளையடித்து, விழா எடுக்கத் தயாராவார்களாம்.

‘போவியல்’ என்று எழுத்தறியாதவர்கள் இனிமையாகச் சொல்லும் போகியில் கழிக்க வேண்டியவற்றைத் தீயிலிட்டுக் கழிப்பார்கள். கழிக்க மனமில்லாத மட்பாண்டங்களைத் தீயில் மீண்டும் சுட்டுப் புதுக்கி வைத் துக்கொள்வார்கள். ‘பொங்கலும் புதிரும்’ என்று சொல்வதுண்டு. புதிர் என் பது தனது வயலிலிருந்து முதன்முதலாக வீட்டுக்கு வரும் புது நெல். புதி ரின் வரவுக்காக எல்லாமே புதிதுதான்—பச்சரிசி, புதுப் பானை, புது அடுப்பு,

புது அகப்பை, புதுப் பிரிமணை, புதுப் பாய். துணிகளையும், பழைய பாய் களையும் நனைத்துக் காயவைப்பார்கள். இப்படி எல்லாமே புதியதாக அல் லது நீரிலோ நெருப்பிலோ இட்டுப் புதுக்கியதாக இருக்கும்.

நெருக்கி மணிபிடித்திருக்கும் நெற்கதிர்களை ஆய்ந்து தெருவாசலின் நிலைக்கு மேல் சாணத்தைக் கொண்டு ஒட்டி அவை குஞ்சமாகத் தொங் கும். தாளை ஆக்கையாகத் திரித்து, ஆய்ந்த கதிர்களை நெருக்கிச் செருகி, அதைச் சுற்றிச்சுற்றிப் பின்னி பெருங்குஞ்சங்களைச் செய்வார்கள். தை பிறந்தால் கிராமங்களின் கோயில்களில் இவை அலங்காரத் தொங்கலாக அடைத்துக் கட்டியிருக்கும். குடியிருப்பு வளாகத்தின் வீடு ஒன்றில் நெல் குஞ்சங்கள் வரிசையாகத் தொங்கியதைப் பார்த்திருக்கிறேன். பழைய பழக் கங்களுக்குப் புதுப் பயன் கண்டுபிடிப்பது மனிதர்களின் வழக்கம். இனக் குழுக்களின் அடையாளங்களை அப்படியே வைத்து அலங்கார அற்புதங் களாக வரித்துக்கொள்கிறது அறிவுலகத்தின் ஒரு அங்கம். இது ஒரு புறம். மறுபுறத்தில் குஞ்சம் கட்டும் கைத்திறத்தைக் கிராமங்கள் மெதுவாக மறந்துவிட்டன. மார்கழி முப்பதும் வாசலில் கோலமிட்டு, பறங்கிப் பூக்க ளைச் சாண உருண்டையில் செருகிவைப்பார்கள். கோலத்தைப் பூக்கோல மாக விரிக்கும் இவற்றைத் தட்டிக் காயவைத்துப் பொங்கல் அடுப்புக்கு விறாவாகச் சேர்த்துக்கொள்ளலாம்.

பொங்கலின் முதல் நாளை அப்போது 'பெரும் பொங்கல்' என்போம். வீட்டுக்குக் கோலமிடுவது போலவே அன்று புது அடுப்புகளுக்கும் மாக் கோலம். பெரிதும் சிறிதுமாக இரண்டு பொங்கல் பானைகள் சந்தனம், குங்குமம் இட்டு, தாலி அடர்த்தியாகப் படர்ந்திருக்கும் மஞ்சள், இஞ்சிக் கொத்துகளைக் கட்டிக் கழுத்து நிறைந்த கட்டுக்கழுத்திகளாகவே களை கட்டும். பெரிய பானை வெண்பொங்கலுக்கு, சிறியது சர்க்கரைப் பொங்க லுக்கு என்று ஜோடியாக இருக்கும். ஒன்றுக்கு ஒன்று விட்டோட்டமில்லா மல் பொருத்தமான ஈடாக இருக்க வேண்டும் என்று கறாராகப் பார்த்துத் தான் பானைகளை வாங்குவார்கள் பெண்கள். சுற்றுலாப் பயணிகள் ஒற் றைப் பானையில் அகப்பையைப் போட்டுக் கிண்டிக்கொண்டிருக்கும் பொங்கலைத்தான் பார்த்திருப்பீர்களே! பாரம்பரியங்களைச் சுற்றுலாவின் நுகர்வுப் பொருளாக்கும் நமது வணிக உத்தியில் இரண்டு பானைகள் ஒரே பானையாகச் சுருங்கிவிடும்!

அச்சுப் போடாத மொழுக்கம் பானைகளைச் சிலரும், பெரும்பாலான வர்கள் நெஞ்சடியில் அச்சுப் போட்டு அலங்கரித்தவற்றையும் பொங்கல் பானைகளாக வைத்துக்கொள்வார்கள். அவரவர்களின் ரசனை மட்டுமே என்று எளிமையாக்கி இந்த வேறுபாட்டைப் புரிந்துகொள்ளக் கூடாது. சமுதாயத்தின் மேல்தட்டுப் பிரிவுகள் மொழுக்கம் பானையைத் தங்கள் வழக்கமாகக் காத்துவருகிறார்கள். அச்சு அழுந்திய குழிகளில் அழுக்கு

அடையும் என்று அச்சுப் பானைகளை ஒதுக்குவதற்கு ஒரு காரணம் சொல்வதுண்டு. இந்த சுவீகரிப்பில் சமூகப் பிரிவின் பொருளாதார நிலைக் கும் ரசனைக்கும் கொஞ்சம் தொடர்பு இருக்கும் என்றே தோன்றுகிறது. இப்படிச் சொல்வது ரசனையை விளக்கும் முயற்சி; அதை மதிப்பிடுவது அல்ல. அக்கிரகாரங்களில் மண் பானையில் பொங்கலிடுவதைப் பார்த்த தில்லை. இது அதற்கும் அடுத்த நிலை.

கோடுதிறந்து ஈடு காட்டுவார்கள்

பானைகளை அடுப்பில் ஏற்றுவதற்கு முன்பு கோடுதிறப்பது வழக்கம். வானம் பார்த்துத் திறந்திருக்கும் உள்முற்றத்தில் அரிவாளால் தெற்கு வடக் காக இரண்டு கோடுகளைக் கீற வேண்டும். இது ஊரின் பொதுவெளியில் கோடு வெட்டி ஆதவன் பார்க்கப் பொங்கலிடுவதற்கு ஈடு. கீழத் தஞ் சையில் ஊர்ப் பொதுவில் அல்லாமல் அவரவர் வீட்டில்தான் பொங்கல் கூறுவார்கள்.

''பொங்கலோ பொங்கல்'' என்று பொங்கல்கூற, பானைகள் பொங்கி வரும். கிழக்காகவோ, வடக்காகவோ வழிய வேண்டும் என்று கவலை யோடு பார்த்துக்கொண்டு இருப்பார்கள். பானை மூடிகளின் தூரில் பொங்கி வரும் நுரை படியும். பொங்கிவந்த நுரைக் கறையைக் காணும் விதத் தில் இரண்டு மூடிகளையும் சாமிக்கு முன்னால் கவிழ்த்து வைப்பார்கள். சாமி என்றால் ஐந்து முகங்களும் ஏற்றிய ஒரு குத்துவிளக்கு. படங் களில் பார்ப்பதுபோல் துலாக்கோலில் எடைகட்டியதாக இடமும் வலமும் இரண்டு விளக்குகளை வைப்பது அப்போது வழக்கமில்லை. கருப்பங் கழிகளும் செழித்து விளைந்திருக்கும் தோகையோடு சித்திரமாகச் சாத்தி யிருக்காது. தோகையை மாறிய பிறகுதான் அவை வீட்டுக்குள்ளேயே வரும். பொங்கலிட்ட அரிசி புது நெல்லின் வரவாக இருந்தால் புதிர் சாப் பிடுவது என்று கூடுதலாக ஒரு மரபு சேர்ந்துகொள்ளும்.

சூரியனை வழிபடும் வழக்கமே பொங்கல் என்று சொல்வார்கள். பொழுது புலரும் நேரத்தில் பொங்கல்கூறுவதே முறையென்று ஆகும். மற்றவர்களுக்கான அன்றைய வேலைகளைச் செய்துகொடுத்துவிட்டு மாலையில் பொங்கல் வைப்பதே தொழிலாளர்களுக்கு முடிந்ததாக இருந் தது கிராமங்களில். அங்கே அந்தி நேரத்திலும், பொழுது குந்திய பிறகும் பொங்கல்கூறுவதைக் கேட்கலாம்.

'தைப்பொங்கல்', 'பெரும் பொங்கல்' என்று மற்ற பொங்கலிலிருந்து பொங்கல் விழாவையும் அதன் முதல் நாள் பொங்கலையும் பிரித்துச் சொல் வது வழக்கம். பின்னாட்களில் பண்பாட்டு அடையாளமாக அழுத்தம் ஏற்று 'தமிழர் திருநாள்' என்று ஒரு தொடராயிற்று. எனக்குத் தெரிந்து திருத்துறைப்பூண்டிப் பகுதியில் 'சங்கராந்தி' என்ற வட சொல்லாகவே

பரவலாகப் புழங்கியது. பண்பாட்டுக் கூறுகளின் போக்கு, வரவு மொழியின் தரவுகளில் தெளிவாகவே தெரியும்.

நீராணிக்கம் போன்ற கிராம ஊழியம் பார்ப்பவர்களுக்கும், நிரந்தரமாக வயல் வேலை பார்ப்பவர்களுக்கும் வெற்றிலைப்பாக்கு, நெல், கரும்பு, வாழைப்பழம் பொங்கல் படியாகக் கொடுப்பார்கள். வீட்டுக்கு ஒரு தார் வாழைப்பழம், ஒரு கட்டுக் கரும்பாவது செலவாகும். ஒரு கட்டில் அப்போது இருபது கருப்பங்கழிகள் இருந்தன. பொங்கல் நேரத்தில் இப்படிக் கொஞ்சம் தாராளம் தெரியும். இவையும் இவற்றை ஒத்தவையும் நில உடைமையாளர் குடிபடைகளுக்குத் தர வேண்டியவை. 'குடிபடைகள்' என்றால் விவசாயம் செய்ய உடைமையாளருக்கு, கிராமத்துக்கு உதவ அங்கே இருப்பவர்கள். இந்த வழக்கம் நில உடைமைச் சமுதாயத்தின் அடையாளம். பொங்கலுக்கு முன்பே பிறந்தகத்திலிருந்து பெண்களுக்கு மஞ்சள் குங்குமத்தோடு ஆண்டு தவறாமல் வரிசை வரும். இதற்காகப் பொங்கலுக்கு ஒன்பதாம் நாள், ஏழாம் நாள் போன்று ஒற்றைப்படையில் வரும் நல்ல நாளுக்குக் காத்திருப்பார்கள். கடைத்தெருவுக்குப் பொங்கல் சாமான்கள் வாங்கச் சென்றாலும் இப்படி நாள் கணக்குப் பார்ப்பதுண்டு.

கள்ளிவட்டம்

மாட்டுப் பொங்கலன்று வீட்டு முற்றத்திலோ, கொட்டிலிலோ கள்ளிவட்டம் போடுவது முதல் வேலை. சாணத்தால் சிறிய சதுரமாக நான்கு விரற்கடை உயரத்தில் வரப்புக் கட்டி நான்காகத் தடுத்திருக்கும். பிள்ளையார் பிடித்துவைத்து, பாத்திகளில் மஞ்சளைக் கரைத்து ஒன்றிலும், ஆரத்தி கரைத்து ஒன்றிலும், கரியைக் கரைத்து ஒன்றிலும், பொங்கல் சாதத்தைக் கரைத்து ஒன்றிலுமாக நிரப்பியிருக்கும். வயலிலிருந்து தூரோடு கதிரும் கொண்டுவந்து ஓரத்தில் வைப்பார்கள். வரப்பில் கண்பூளை, கள்ளி, அருகு நடுவார்கள். அது வேலியாக இருக்கும். இப்படி வயலையே குறி யீட்டு வடிவில் வீட்டுக்குள் கொண்டுவருவதுதான் கள்ளிவட்டம். சில வீடுகளில் மாட்டுக் கொட்டிலின் ஒரு மூலையில் கள்ளிவட்டம் போட்டுப் பார்த்திருக்கிறேன். சதுரமாகத்தானே இருக்கிறது, அதை ஏன் வட்டம் என்கிறீர்களென்று ஒரு நண்பர் கேட்டார். எனக்குச் சொல்லத் தெரியவில்லை. நமது வடிவவியலே வேறாக இருந்திருக்குமோ! மொழிக்கே உரிய எதேச்சையின் உச்சமோ!

அன்றைக்கு ஒரே பானை வைத்துப் பொங்கல். மொச்சையும், சர்க்கரைவள்ளிக் கிழங்கும் சேர்த்து மாட்டுக்கு ஊட்டக் கறி சமைக்க வேண்டும். உலக்கையைப் போட்டு நீளமான கோடுகள் கிடைவாக்கில் விழுமாறு அதன்மேல் செங்காமட்டியை அள்ளித் தேய்த்துக் கொட்டிலிலும்,

வீட்டுவாசலிலும் கோலமிடுவார்கள். அதற்கு இணைகோடாக கரிப்பொடி யாலும் கோலம் இழைப்பதுண்டு. நாகரிகமே பிறக்காத தொன்மைக் கால எச்சமாகத் தெரியும். மாலையில் குளிப்பாட்டி மாடுகள் கொட்டிலுக் குள் நுழையும்போது வாசலில் குறுக்காக உலக்கை போட்டிருக்கும். அருகி லேயே தீக்கொழுந்தாக வைக்கோலும் எரிந்துகொண்டிருக்கும். எரியும் தீயையும், உலக்கையையும் தாவித் தாண்டி மாடுகள் கொட்டிலுக்குள் செல்லும்.

வயலுக்கும் அடுப்புக்கும் வழிபாடு

கள்ளிவட்டத்துக்கு, அடுப்புக்கு, சாமிக்கு என்று மூன்று படையல் உண்டு. கள்ளிவட்டப் படையல் கிராமத்தில் வெட்டுமை பார்ப்பவருக்கு, அடுப் புக்குப் போட்டது மாட்டுக்கு. சூரியனையும், மாட்டையும் மட்டுமல்ல, பொங்கலில் வயலையும் அடுப்பையும் கும்பிடுகிறோம். கிரேக்க நாட்டில் வீட்டுக்கு மங்கலங்களைத் தரும் தெய்வமாகவே அடுப்பை ஆராதிப்பது புராணக் காலத்து வழக்கம்.

விரல் மொத்தத்தில் இருக்கும் சாண் உயர வேப்பங்குச்சிகளை ஒரு முனையில் கூராக்கித் தெரு வாசல், கொல்லை வாசல் படிகளின் இருபுற மும், மாட்டுக் கொட்டில் வாசலின் இருபுறமும் ஒரு காப்புக்காக அடித்து வைப்பார்கள்.

வெள்ளாமை வீடு வருவதால் ஆரத்தி

மாடுகளை கிழக்கு முகமாக வரிசையாக நிறுத்தி, தலையில் எண்ணெய் வைத்து, அரைத்த நெல்லிக்காய், பசுமஞ்சளைத் தேய்த்துவிடுவார்கள். சந் தனம், குங்குமம் இட்டு, மாங்கொத்து, வேப்பங்கொத்து, நெல்லிக்கொத்து, ஆவாரம்பூ இவற்றைப் பனை நாரால் தொடுத்திருக்கும் மாலைகளை மாடு களுக்குப் போட்டு, சாதத்தோடு மாட்டுக்குச் சமைத்த கறியையும் ஊட்டி விடுவார்கள். தேங்காய் உடைத்து, கற்பூரம் காட்டி காலில் விழுந்து மாட் டைச் சேவிப்பார்கள். பிறகு மஞ்சள் நீரை மாடுகளின் மேல் தெளித்துக் கொண்டும், பொங்கல்கூறிக்கொண்டும், தப்பு அடித்துக்கொண்டும் மூன்று முறை மாடுகளை வலம் வருவார்கள். கீழத் தஞ்சையில் மாடுகளை மந் தையில் அடைத்துப் பொங்கல் கூறுவதில்லை. அவரவர் வீட்டிலேயே கும் பிட்டுக்கொள்வார்கள்.

இதற்குப் பிறகு கோயிலுக்குச் சென்று சாமி கும்பிட்டுத் திரும்பும் ஆண்களுக்கு வீட்டுப் பெண்கள் ஆரத்தி எடுத்து அழைத்துக்கொள்வார் கள். ஆடியில் துவங்கிய சாகுபடியை நிறைவாக முடித்து வீடு திரும்பும் வெற்றியின் அங்கீகாரமான ஆரத்தி இது. திருஷ்டி கழித்துக் கொட்டுவ தோடு, மாட்டுப் பொங்கல் நிறைவுறும். மறுநாள் நல்ல நேரம் பார்த்து

3
கார்த்திகை என்ற கார்காலத் திருவிழா

நெல் கலாச்சாரம்

புது நெல்லின் வரவு தைப்பொங்கல். புது நெல்லுக்கு முதலாக இருந்த விதைநெல்லில் எஞ்சியது கார்த்திகையில் அவலாகிப் பொரியாகும். இப்படி நெல்லின் மிச்சமும் அதன் புது வரவும் விழாக்களைக் கோக்கும் சரடாக இருப்பது நெல் கலாச்சாரம். ஐப்பசியில் அடைமழை என்றால் கார்த்திகையில் கருத்த இடமெல்லாம் மழை. துண்டுதுண்டாகக் கருத்துவரும் மேகங்கள் விட்டுவிட்டுப் பெய்துகொண்டே போகும். வானம் மூடிமூடித் திறக்கும். அவ்வப்போது வெளிவாங்கி வெளிச்சம் காட்டும். தைப்பொங்கலைப் போன்று கார்காலத்தின் முடிவுக்குக் காத்திருக்காது கார்த்திகை. நளினமாக, மழைக்காலத்தின் தோழமையுடனே வரும் கார்த்திகையில் ஆடம்பரத்துக்கு இடமில்லை. ஆரவாரம் செல்லுபடியாகாது. மண் அகலின் திரி நுனியில் தொற்றிக்கொண்டு எரியும் ஒளிப் பொட்டின் எளிமைக்குப் பரபரப்பு பகை. வாழும் இல்லத்தை மையப்படுத்திப் பெண்கள் கொண்டாடுவது இந்தக் கார்காலத் திருவிழா.

எஞ்சிய விதையே கார்த்திகைப் பொரி

அப்போதெல்லாம் காவிரிப் படுகை உழவர்களுக்குப் புரட்டாசி முடிய முடிய உழவு வேலையும் முடிந்துவிடும். அந்த மாதம் வரும் ஆயுத பூஜைக்குக் கலப்பையைக் கழுவிப் பொட்டிட்டுக் கும்பிடுவதோடு அடுத்த ஆண்டு பொன்னேர் கட்டுவதற்குத்தான் அது வயலுக்குச் செல்லும். நடவு முடிந்த பிறகும் கையில் இருப்பது எஞ்சிய விதைநெல். அதை ஊறவைத்து, வரையோட்டில் வறுத்து, வறுத்ததைச் சூடு ஆறுவதற்குள் உரலில் கொட்டிக்கொட்டி, குத்திப் புடைத்து அவலாக்கிக்கொள்வார்கள். இதைப் பொரித்து, வெல்லப் பாகும் எள்ளும் தேங்காய்ப் பல்லும் கலந்தது கார்த்திகைப் பொரி. முடிந்தவர்கள் இந்தப் பொரியைப் பித்தளைத் தவலைகளில், மண் பானைகளில் நிரப்பிப் பிள்ளைகளின் கைகளுக்கு எட்டாமல் பரண்களில் வைத்துவிடுவார்கள். கார்காலத்தில் நினைத்த நேரம் கை

மேய்ச்சலுக்கு மாடவிழ்ப்பார்கள். சில கிராமங்களில் யார் வீட்டு மாட்டை முதலில் அவிழ்த்துவிடுவது என்று சீட்டுப் போட்டு முடிவுசெய்வார்கள். சீட்டின் பின்னணியை நீங்கள் ஊகித்துக்கொள்ளலாம். மாடு அவிழ்ப்பதில் தாரதம்மியத் தகராறு இருந்திருக்கும். ஊரில் பொதுப் பிரச்சினை ஏதாவது நிலுவையில் இருந்தால் அதைப் பேசித் தீர்த்துக்கொண்டுதான் சில கிராமங்களில் மாடு அவிழ்ப்பார்கள்.

உடன்பிறந்தாருக்காகக் கனுப்பிடி

பல குடும்பங்களில் மாட்டுப் பொங்கலன்று கனுப்பிடி என்று ஒரு வழக்கமுண்டு. இது உடன்பிறந்தார்களின் நலனுக்காகச் சகோதரிகள் வேண்டிக்கொள்வது. பொங்கல் பானையில் கட்டிய மஞ்சள் கொத்து இலைகளை விரித்துப் படியவைத்து, அதன்மேல் மஞ்சள் சாதம், ஆரத்தி கலந்த சிவப்புச் சாதம், தயிர் சாதம்—வண்ணமயமாய் இவற்றைப் பிடிப்பிடியாகப் பிடித்து வைப்பார்கள். இதைக் கனுப்பிடி என்பார்கள். இப்படியே குளக்கரைக்குக் கொண்டுபோய், தேங்காய், பழத்தோடு கும்பிட்டு, காக்காய், குருவிகள் சாப்பிட வைத்துவிடுவார்கள். வீட்டுப் பெண்களுக்குப் பெரியவர்கள் பசு மஞ்சளை முகத்தில் பூசி வாழ்த்துவதும் வழக்கம்.

நகரங்களில் கறவைகள் இருந்தபோது பால் கறந்துகொடுப்பவர்களுக்கு மாட்டுப் பொங்கலில் மரியாதை செய்வது வழக்கம். அவர்களை மேளதாளத்தோடு வீடுவீடாக ஊர்வலமாக அழைத்துவருவார்கள். அணைக்கயிறும், கறவைக் குவளையுமாக வேட்டி, துண்டு, வெற்றிலைப்பாக்கு, பெற்றுக்கொண்டு சன்மானமாக வரும் புது வேட்டிகளை மேலும்மேலும் தோளில் போட்டபடி அவர்கள் பெருமிதமாக நடந்துசெல்வார்கள். எங்கள் நகரத்தில் இது கவுரத்தைக் காட்டிக்கொள்ளும் போட்டியாகவே இருந்தது.

திட்டாணிப் பொங்கல்

காணும் பொங்கலை எழுத்தறியாதவர்கள், அறிந்தவர்கள் எல்லாருமே கன்னிப் பொங்கல் என்றே அழைத்தார்கள். சிறுமிகள் அலங்கரித்துக்கொண்டு வீடுவீடாகச் சென்று கும்மியடித்து, கோலாட்டமாடிப் பெரியவர்களின் ஆசியோடு சன்மானமும் பெறுவார்கள். பிரப்பங்கூடையில் கோலாட்டக் கழிகளை வைத்துக்கொண்டு இவர்கள் வீடுவீடாக ஏறி இறங்குவதைப் பார்க்கும்போது இன்று எப்படி வந்தது இவர்களுக்கு இந்தச் சுதந்திரம் என்று உள்ளுக்குள் சிரிப்பு வரும். கன்னிப் பொங்கலன்று சிதம்பரம் நகரில் பாதியாவது தெற்கே பயணித்து, கொள்ளிடத்தின் வெண்மணல் பரப்புக்கு வந்துவிடும். வேடிக்கையும் விளையாட்டுமாகப் பொழுது

கழிந்து மாலையில் நகருக்கு வரும் பயணிகள் ரயிலில் எல்லாரும் ஊர் திரும்புவார்கள்.

கிராமங்களில் அப்போது அரையாள் என்ற ஏற்பாடு இருந்தது. ஒரு ஆளின் வேலையில் பாதி அளவு செய்யக்கூடிய வளர்ந்த சிறுவர்களை மாடு பார்த்துக்கொள்ளவும், ஏர் பிடிக்கவும் ஆண்டுச் சம்பளத்துக்கு அமர்த்திக்கொள்வார்கள். இவர்கள் பெரும்பாலும் தலித் சிறுவர்கள். அரையாட்கள் சேர்ந்து பல நாட்கள் மண்ணை வெட்டி ஏற்றி, ஆள் உயரத்துக்கு மேல், உச்சியில் சதுரமான பெரிய பரப்புடன் மேடை கட்டுவார்கள். மேலே செல்வதற்கு மண்ணிலேயே படிகள் இருக்கும். திட்டாணி என்று இதற்குப் பெயர். கிராமத்தின் தலித் பிரிவினர்களுக்காக அருகருகே இரண்டு திட்டாணிகள் இருக்கும். கன்னிப் பொங்கலில் பெண்கள் இதைத் தீத்தி மெழுகி மாக்கோலமிட்டு, புதுப் பானை, அரிசியோடு வந்து பொங்கலிடுவார்கள். பிறகு பானைகளைத் திட்டாணியின் மேலே கொண்டுபோய்ப் படையலிட்டு, பறை முழங்க ஊர்வலமாக வீட்டுக்கு எடுத்துப்போவார்கள். இது அரையாட்களின் பொங்கலாகவே இருந்து, பின்பு நின்றுபோன தொன்மையான பண்பாட்டு அற்புதம். புனல் நாடு என்று காவிரிக் கரைக்கு ஒரு பெயர். இங்கு கட்டுமலையாக இருக்கும் மேடையில் பொங்கல் படைப்பது பூர்வ கால வழக்கமாக இருந்திருக்கலாம். மொழியின் கூறுகள் தரிப்பது போலவே இந்த வழக்கங்களும் தலித் மக்களிடம் நின்று வழங்கக்கூடும். ஒரு பண்பாடு காலம் கழியக்கழிய எந்தெந்த மட்டத்தில் என்னென்ன வடிவங்களில் நிலைக்குமோ!

துவக்கிய ஒரு வாக்கியத்தை வளர்த்து முடிப்பது, ஒரு பாவுக்குப் பொருள் விரித்துத் தலைக்கட்டுவது, களத்தில் இறங்கி அதிலிருந்து மீண்டு வந்து வாகைப்பூ சூடுவது—இவை போன்றது பொங்கல். ஆடியில் வயலில் இறங்கி, இயற்கையோடு ஒரு இன்பச் சமர் புரிந்து, தைப் பிறப்பில் வெள்ளாமையோடு வீடுவரும் வீட்டு ஆண்களுக்கு ஆரத்தி எடுத்து அழைப்பதை வேறு எப்படிச் சொல்வது!

14.01.2014

* * * * *

7
சங்க இலக்கியமாகும் கன்னிப் பொங்கல்

ஏற்கனவே நாடகமாக எழுதப்பட்டிருக்கும் புராண நிகழ்வுகள் உண்டு. அவற்றை நடித்துக்காட்டுவார்கள். ஆனால், ஒரு இலக்கிய உத்தியாக மட்டுமே இருப்பதை இரண்டு நாள் திருவிழாவாக விரித்து நிகழ்த்துவது கன்னிப் பொங்கலிலும் அதற்கு மறுநாளும் பெருமாள் கோயில்களில் உண்டு. காதலர்களுக்கு இடையில் கிட்டத்தட்ட பொய்க் கோபமாக வரும் ஊடலும், அதைத் தொடர்ந்து தவறாமல் வரும் அவர்களின் கூடலும் பழைய சங்க இலக்கிய உத்தி. இதையும் தாண்டிச் சென்று, கன்னிப் பொங்கலில் இந்த உத்தியை வளர்த்து நிகழ்த்துகிறார்கள். இதனை மட்டையடித் திருவிழா, சேர்த்தித் திருவிழா என்பார்கள்.

காதலன் இதர மாதருடன் களித்துவிட்டுத் திரும்பும்போது காதலி கோபப்பட்டு, கதவைச் சாத்தித் தாழிட்டுக்கொள்வார். இயன்ற வகையில் இரவெல்லாம் கெஞ்சி, தான் தவறு செய்யவில்லை என்று காதலன் சத்தியம் செய்த பிறகு, கோபம் தணிந்து சேர்ந்துகொள்வார்கள். ஊடலும், கூடலுமான இந்த உத்தியைப் பரிபாடல் போன்ற சங்க இலக்கியத்திலும், திருக்குறளிலும், பக்தி இலக்கியங்களிலும் கற்பனைக்கு எட்டிய புதுப்புது நிகழ்வுகளாகப் புனைந்திருக்கிறார்கள்.

காரைக்கால் அம்மையாரின் அற்புதத் திருவந்தாதியில் இந்த உத்தியை ஒட்டி ஒரு அருமையான சங்கதி. உமையின் ஊடலைத் தணிப்பதற்குச் செம்பஞ்சுக் குழம்பால் சிவந்த அவரது பாதத்தில் தலை வைத்துக் கெஞ்சியதால் சிவனுக்குச் சடைமுடி செவ்வானமாகச் சிவந்தது என்பதாக ஒரு பாட்டு. ஊடலில் தோற்றவரே வென்றார் என்றும், அப்படித் தோற்பதால் வரும் உவகைபற்றியும் குறள் உண்டு. பரிபாடலில் ஒரு சங்கதி இந்தக் கோபம் அளவுக்கு அதிகமாகப் போவதுபற்றியது. பாராங்குச நாயகியின் ஊடலை விதம்விதமாகப் பேசுகிறது நம்மாழ்வார் திருவாய்மொழி.

மட்டையடித் திருவிழா

கன்னிப் பொங்கலான மூன்றாம் நாள் எங்கள் ஊர்ப் பெருமாள் இராஜ கோபாலன், தாயாரிடம் சொல்லிக்கொள்ளாமல் வெளியே சென்றுவிடு

வார். புறப்பாட்டின்போது எப்போதுமே தாயார் சன்னதியின் முன்பு நின்று ஆரத்தி கண்ட பிறகுதான் வெளியே செல்வார். தாயார் அறியாமல் தான் வெளியே செல்வதால் அன்று மட்டும் ஆரத்தி இருக்காது. அரசன் கொலுவில் இருப்பதுபோல் அலங்கரித்துக்கொண்டு, பல்லக்கில் அமர்ந்து ஊர் முழுதும் சுற்றி, பொழுது சாயும் நேரம் கோயிலுக்குத் திரும்புவார். அதே பல்லக்கில் பெருமாள் அறியாமல் எதிர்ப்புறம் பார்த்து அமர்ந்து கொண்டு சத்தியபாமா உளவுபார்த்துக்கொண்டே வருவார். கோயிலுக்குத் திரும்பியதும் பழைய அலங்காரத்தைக் கலைத்து விஜயராகவ நாயக்கர் போன்று கொண்டை போட்டுப் பெருமாளுக்குப் புது அலங்காரம் செய் வார்கள். அப்போது ருக்மணியும் வெளியே வந்து, சத்தியபாமாவுடன் சேர்ந்துகொண்டு, தனித்தனி படிச்சட்டத்தில் பட்டத்து ராணியான செங்கமலத் தாயாரிடம் சென்று கோபிகளுடன் பெருமாள் களித்து வந்ததைக் காதோடு காதாகச் சொல்லிவிடுவார்கள். கலகம் மூண்டுவிடும். இதை 'பிரணய கலகம்' என்று அழைக்கிறது வைணவ மரபு.

பெருமாள் உள்ளே போக முடியாதபடி மூன்றாவது கோபுர நிலைக் கதவை உடனே சாத்திவிடுவார்கள். அப்போது பெருமாளைச் சுமந்து வரும் ஸ்ரீபாதம் தாங்கிகளின் கால்பக்கம் வாழை மட்டைகளால் அடி, அடியென்று அடிப்பார்கள். பெருமாள் திரும்பி ஓடுவார். மீண்டும் வரும் போது மறுபடியும் அடி விழும். இப்படி அவர் வரவும், ஓடவுமாக இருக்க வும் மூன்று முறை அடியும் விழுந்துகொண்டே இருக்கும்.

பெருமாளோடு சொல்லாடல்

பெருமாளுக்கும் தாயாருக்குமாக ஒரு நீண்ட வாக்குவாதம் நடக்கும். இது மணிப்பிரவாளத்திலும், தமிழ்ப் பிரபந்தங்கள் வழியாகவும் இருக்கும். தான் பக்தர்களுக்கும், ரிஷிகளுக்கும் அருள் செய்யச் சென்றதாகப் பெரு மாள் கெஞ்சுவார். பற்குறியும் நகக்குறியும் எப்படி வந்தன? அணிந்திருந்த சந்தனம் கலைந்தது ஏன்? கஸ்தூரி திலகம் அழிந்தது எப்படி? பூணூலும் மஞ்சள் ஆனதே, அது எப்படி? ஆடையில் எப்படிக் கறை படிந்தது? இப் படியெல்லாம் தாயார் விடாமல் கேட்பார். எங்கள் ஊர் பிரசன்னா பாட் டாச்சாரியார் கேள்விகளையும், பெருமாளின் பதிலையும் விளக்கவிளக்க, கூடியிருப்பவர்கள் சிரித்து மாளாது. வேட்டைக்குச் சென்றதால் மிருகங் களால் விளைந்த காயம் என்று பெருமாள் பதில் சொல்வார். காட்டில் திரிந்ததால் முள் கிழித்தது என்பார். அலைச்சலின் வியர்வையில் திலகம் அழிந்தது என்பார். எதுவும் எடுபடாது. தான் கடலில் இறங்கிச் சத்தியம் செய்வேன் என்பார். குடப்பாம்பில் கை நுழைத்துச் சொல்கிறேன் என் பார். துஷ்ட தேவதைகள்மேல் சத்தியம் செய்கிறேன், அக்னியில் புகுந்து சொல்கிறேன் என்றெல்லாம் சொல்லிப்பார்ப்பார்.

எல்லாவற்றுக்கும் தாயார் சரியான பதில் வைத்திருப்பார்: ‘‘அக்னி உங்களுக்கு ஒரு திவலை, அது உங்களைத் தண்டிக்குமா? பாம்போ பாற் கடலில் உங்களுக்கு மிதவை, நீங்கள் நின்றால் உங்களுக்கு மிதியடி, சென் றாலோ உங்களுக்குக் குடை, அமர்ந்தாலோ அது உங்களுக்குச் சிம்மா சனம். அதுவா உங்களைத் தண்டிக்கும்? விழுங்கி உலகம் முழுவதையும் உங்கள் வயிற்றில் வைத்துக்கொண்டீர்கள். இவையெல்லாமா உங்களைத் தண்டிக்கும்?’’ சங்க இலக்கியத்தில் பழக்கமுள்ளவர்களுக்குப் பரிபாடலில் நிகழும் வார்த்தையாடல் நினைவுக்கு வரும். இணுக்குஇணுக்காக மடை மாற்று நிகழ்த்தியிருக்கும் கற்பனையை வியக்காமல் இருக்க முடியுமா? பெருங்கோயில் உட்பட ஒரு நகரமே இந்த இலக்கிய உத்தியின் களமாக அன்று மாறியிருக்கும். கன்னிப் பொங்கலன்று எங்கள் ஊர்ப் பெருமாள் கோயிலில் இந்த நிகழ்ச்சியை ஒருமுறை பார்த்தேன். பல ஆண்டுகளுக்கு முன்பு மயிலாப்பூர் பாரதிய வித்யாபவன் கலையரங்கில் திருமதி விமலா ராமானுஜம், ‘‘உன்னுடைய சுண்டாயம் நான் அறிவன்... என்னுடைய பந்தும் கழலும் தந்து போகு நம்பீ!’’ என்ற நம்மாழ்வார் பாசுரத்துக்கு அபிநயம் செய்தது நினைவுக்கு வந்தது.

இறுதியில் ஆழ்வார்கள் முன்பாகச் சத்தியம் செய்கிறேன் என்று பெரு மாள் சொன்ன பிறகுதான் தாயாரின் ஊடல் தணியும். தொடர்ந்து முற்ற வெளியில் மாலைமாற்று நடந்து இருவருமே தாயார் சன்னதிக்குச் சென்று விடுவார்கள். இரவு பத்து மணிக்கு மேலாகிவிடும். இந்தக் கூடலைத்தான் சேர்த்தி என்பார்கள். நான்காம் நாளான மறுநாள் காலையில் பெரு மாளையும் தாயாரையும் ஒரே சிம்மாசனத்தில் தாயார் சன்னதியிலேயே காணலாம். வரும்போது இந்தத் தம்பதிகளுக்காகப் பாலில் சர்க்கரை, ஏலக்காய், குங்குமப்பூ போட்டுக் காய்ச்சி அன்பர்கள் கையோடு கொண்டு வருவார்கள்.

தோற்றும் வென்ற பெருமாள்

பெருமாள் தன்னுடைய இருப்பிடத்துக்குச் செல்வதற்குள் மாலை நேர மாகிவிடும். நேரம் போவது தெரியாமல் மாலைவரை பட்டத்து ராணி யிடமே இருந்துவிட்டதற்குப் பெருமாள் வெட்கப்படுவதாக ஒரு சடங்கு. தனது இடத்துக்குத் திரும்பும்போது யாரும் பார்க்காதபடி வெண் பட்டில் முக்காடு போட்டுக்கொண்டு செல்வார். அந்தப் பட்டாடை மஞ்சளும் குங்குமமுமாகக் கறை படிந்திருக்கும். சங்க இலக்கியத்தில் தலைவி ஆசை மிகுதியால் தன் நாணத்தை இழப்பதாக இருக்கும். இங்கே தோற்றும் வென்ற பெருமாள் நாணப்படுமாறு நடந்துவிடும். இலக்கிய உத்தியை சங்க இலக்கியம் விட்ட இடத்திலேயே சேர்த்தித் திருவிழா விட்டுவிடாது. பெருமாளை நாணவைத்து அதை மேலும் வளர்த்துச்செல்லும்.

தலைவியின் மானம் காரணமாக அளவுக்குள் நிற்காமல் போகும் ஊடலின் இசைகேட்டை இந்த உத்தி எப்படி வளர்த்திருக்கும்? சேக்கிழாரின் திருநீலகண்ட நாயனார் புராணத்தில் அதைப் பார்க்கலாம். கணவன் தன்னைத் தீண்டக் கூடாது என்று நாயனாரின் மனைவி திருநீலகண்டத்தின் மீது ஆணையிட்டுவிடுகிறார். ஒருவரையொருவர் தீண்டாமலேயே அவர்கள் இளமை முழுதும் கழிந்தது.

சிவன் கோயில்களிலும் ஊடல் திருவிழா நடக்கும்; திருவண்ணாமலையில் திருவூடல் தெரு என்றே ஒரு தெரு உண்டு என்று ஒரு வாசகர் மின்னஞ்சல் அனுப்பியிருந்தார். நான் திருவண்ணாமலை சென்றபோது அந்தத் தெருவைப் பார்த்தேன். அரை நூற்றாண்டுக்கு முன்பு தஞ்சாவூர் அரண்மனைக் கலைக்கூடத்தில் ஒரு சிற்பம் பார்த்திருக்கிறேன். ஊடலைத் தீர்ப்பதற்காகப் பார்வதியின் முகவாயைப் பிடித்துத் திருப்பி சிவபெருமான் கெஞ்சுவதுபோல் இருந்தது. பெரிய புராணக் கதைகள், திருவிளையாடல் புராண நிகழ்ச்சிகளைக் கோயில்களில் திருவிழாவாக்கி நிகழ்த்துகிறார்கள். ஓடக்காரர் இல்லாமல் பதிகம் பாடியே வெள்ளத்தில் ஓடத்தைச் செலுத்தித் திருஞானசம்பந்தர் மறுகரையை அடைந்ததாக ஒரு நிகழ்ச்சி. திருக்கொள்ளம்பூதூரில் இதை ஆண்டுதோறும் ஐப்பசியில் நடத்துகிறார்கள். காரைக்கால் அம்மையார் புராணத்தை மாங்கனித் திருவிழா என்று காரைக்காலில் முழுமையாக நடத்துகிறார்கள். இவை பக்தி ரசம் நிரம்பிய புராணங்கள். அந்தந்தக் கோயில்களில் இவற்றை நிகழ்த்துவது பல மதங்களுக்குப் பொதுவான தன்மை.

மட்டையடித் திருவிழா அப்படியல்ல. சங்க இலக்கிய மரபின் சிருங்கார ரசம் சார்ந்த உத்தி ஒன்று எழுதிய ஏட்டோடு நின்றுவிடவில்லை. பெருமாள் கோயிலிலும், சிவன் கோயிலிலும் திருவிழா வடிவம் ஏற்று, ஒவ்வொரு ஆண்டும் அந்த உத்தி புதுப் பாடலாகப் புனைவுபெறுகிறது. நமது இலக்கியக் கோட்பாட்டின் தன்மையைக் காட்டும் குறிப்பு என்று இதைப் பார்க்க வேண்டும். ஒரு உத்தியில் இலக்கிய வளம் கருவாக இருக்கும். அதை அதன் போக்கிலேயே முழுமையாக்கி வளர்த்துக் காட்டுபவை இந்த மட்டையடித் திருவிழாவும் சேர்த்தித் திருவிழாவும். நாள் முழுதும், மறுநாளும் நடைபெறும் இவை சங்க இலக்கியமாகவே கன்னிப் பொங்கலை மாற்றிவிடுகின்றன!

17.01.2015

* * * * *

8

நெல்வளமும் சொல்வளமும்

காவிரிப் பாசனப் பகுதியில் சம்பா பட்ட நெல் சாகுபடி கிட்டத்தட்ட நிறைவுபெறும் நேரம். மண் வளம், நீர் வளம் தவிர சம்பாவுக்கும் சொல் வளத்துக்கும் தொடர்பு உண்டு. வயலும் வரப்பும் வைக்கோலும் எருவும் சேறுமாக இருக்கும் இடத்தில் நுட்பத்தையும் துல்லியத்தையும் சுட்டும் சொற்கள் இருக்குமா? உடல் வலுவைக் கொண்டு உழைக்கும் இடத்தில் பண்பாட்டின் மென்மையைக் காட்டும் சொற்களும் உண்டா?

சம்பா சாகுபடியின் மொழியில் இந்தச் சொற்களைக் காணலாம். அங்கே ஒரு கதைக்கு இலக்கிய நயம் தரும் கூறுகளையும் காணலாம்.

சம்பாவும் செம்பாளையும்

ஒருவரது மேனியின் வாளிப்பை வியப்பவர்கள் "சும்மாவா! செம் பாளைச் சோறும் பசு நெய்யும்" என்று காரணம் கூறுவார்கள். செம்பாளை அரிசிச் சாதத்தைக் குழம்பு பரிமாறுவதற்குள் வெறும் சோறாகவே பிடித் துச் சாப்பிடுவோம். சிவப்புச் சம்பா என்று விரித்துச் சொன்ன செம்பாளை அப்போது ஏகமாகப் புழக்கத்திலிருந்த ஒரு நெல் வகை. செம்பழுப்பு நிறத் தில் நல்ல சுணையோடு இருக்கும். ஆள் உயரம் வளர்ந்து, கதிர் பழுத்ததும் சாய்ந்து அடியோடு படுத்துவிடும். இருந்தாலும், நிதானமாகவே அறுக்க லாம். நெல் கொட்டிவிடுமோ என்று அறுவடைக்குப் பரபரக்க வேண்டாம். படிந்துகிடப்பதைக் கருக்கரிவாள் மூக்கை நுழைத்துத் தூக்க வேண்டும். அறுத்ததை அரிபோட கைபுரட்டினால் ஒடியும் அளவுக்கு நீளமாக இருக் கும். கீற்றுக் கூரைக்கு வைக்கோல் போடத் தோதுவான ரகம். ஆடி முத லுக்கு விதை விட்டால் தை முதலுக்கு அறுவடைக்கு வரும். பயிர்த்தொழில் வளர்த்த பண்பாட்டில் நிதானத்தை மையமாக்கிய நெல். கடை வழிய வெற்றிலை குதப்பும் வாயால் எதிராளியின் சொல்லை வாங்கிச் சொல் லைத் தரும் காவிரிக் கரை சாவகாசம் வேறு எங்கிருந்து வந்திருக்கும்?

ஒரு நல்ல நாள் பார்த்துப் பொன்னேர் கட்டி விதை முகூர்த்தம் நடக் கும். வயலில் ஈசானிய மூலையில் (வடகிழக்கு) கிளறிவிட்டு, ஒரு தாழங் குருத்தைச் சாத்தி, பிள்ளையார் பிடித்துவைத்துக் கும்பிட்டு, மாட்டுக்கும்

கலப்பைக்கும் சந்தனம் குங்குமம் இட்டு, கிழக்கு முகமாக ஏர் ஓட்டுவார்கள். எங்கள் வீட்டில் தென்கிழக்கிலிருந்து வடமேற்காக ஏர் ஓட்டுவது வழக்கம். எங்களுக்கு அடுத்த கிராமம் ஊர் சேர்ந்தே ஐயனார் கோயில் குளத்துப் பொருக்கில் பொன்னேர் கட்டும்.

காய்ந்து வெடித்துக்கிடக்கும் வயலுக்கு முதன்முதலில் தண்ணீர் வைப்பதை வெங்கார் பாய்ச்சுவது என்போம். தண்ணீர் பட்டவுடன் மண் பூவாக மலர்ந்துவிடும். இந்த மலர்ச்சியில் வரும் மென்மைக்குப் பூங்கார் என்று பெயர். பூங்கார்ப்பு இருந்தால் உழவு எளிது. இரண்டு சால் ஓட்டினால் போதும், மண் தயிராகவே மாறிவிடும். சில நேரம் வெங்கார் பாய்வதற்கு முன் நசநசத்த தூறலாக மழை இருக்கும். இப்படி அரைகுறையாக நனைந்த மண் முறைத்துக்கொள்ளும். கலுங்குப்பட்ட இந்த மண், கொத்தினாலும், ஏர்கட்டினாலும் எளிதில் மசிந்து சேறாகாது. நடுவதற்குத் தோதாக வயலைச் சேறாக்குவது ஒரு நுட்பமான வேலை. களிமண் தானே என்று காவிரிப் படுகை மண்ணை அற்பமாக நினைத்துவிடக் கூடாது. மனிதனின் ஈரலைப் போல் தொடக் கூடாதது தொட்டுவிட்டால் முறைத்து மரத்துப்போகும்.

ஆறும் ஆறுமாகவே எல்லாம்

ஒரு மா (ஏக்கரில் மூன்றில் ஒரு பங்கு) நிலத்துக்கு ஆறு மரக்கால் விதை. பதினெட்டு மரக்கால் விதையை வைக்கோலில் கொட்டி வைக்கோல் பிரியைக் கொண்டே கோட்டையாகக் கட்டி, சாணி மெழுகி, காயவைத்து இருப்பில் இருக்கும். ஒரு மா நிலத்துக்கு ஆறு குழி (நூறு குழி ஒரு மா) நாற்றங்கால் வேண்டும். ஒரு மாவை ஆறு நடவாட்கள் நடுவார்கள். காலையில் கோட்டையை ஆற்றிலோ குளத்திலோ போட்டுவைத்து அந்திப் பொழுதில் தண்ணீரிலிருந்து கரையேற்றி மறுநாள் உச்சிப் பொழுது வரை நனைத்துக்கொண்டிருப்பார்கள். பொழுது சாயும்போது பிரித்துப் பார்த்தால் விதை எல்லாம் பன்றிக் கொம்பாகப் பருவம் கண்டிருக்கும். சரியாக முளைக்கவில்லை என்றால் விதைப்பழுது. நாற்றங்காலில் தண்ணீரைக் கட்டிவைத்து விதையைப் பட்டம்பட்டமாகத் தெளித்துவிடுவார்கள். ஊறப் போட்ட மறுநாள் பருவம் காணாவிட்டால் மூன்றாவது நாளில் தெளிப்பது வழக்கம். இது மூன்றாங்கொம்பு—மூன்றாம் பிறையின் கோடு போல முளையைப் பார்க்கலாம். நாற்றங்காலிலேயே ஊறி முளைக்கட்டும் என்று விதையை ஊறவைக்காமல் தெளிப்பதும் உண்டு. இது வெள் விதை. ஏகமாக மூன்றாங்கொம்பாகவே விதைத்த நேரத்தைக் கடந்த காலமாக்க இப்போது காவிரியில் தண்ணீர் தட்டுப்பாடு. பாதிக்குப் பாதி பகுதிகளில் மழையை நம்பிப் புழுதியாக விதைக்கிறார்கள்.

விதைத்த மறுநாள் நாற்றங்காலை ஒட்ட வடிய விட்டு மேல்மண் வெடிப்பு ஓடிய பிறகு, சீராகத் தண்ணீர் வைப்பார்கள். இது மூன்றாந் தண்ணீர். வடியவைக்க முடியாமல் மழை பெய்துவிட்டால் விதைப்பகை. ஒரு முனையில் துளை போட்ட கருங்கல்லைக் கட்டி நாற்றங்காலின் நான்கு ஓரங்களிலும் சேற்றில் அழுந்த இழுத்தால் ஒரு வாய்க்கால் உண் டாகி, நாற்றங்காலின் தண்ணீர் அதில் இறங்கி வடியும். இது வாய்க் கால் அல்ல, தோண்டிக்கால். இப்படி தோண்டிக்காலில் இறங்கிய தண் ணீரை ஒரு மூலையில் நின்று இறைகூடை பிடித்து இறைப்பதும் உண்டு.

ஆறு மரக்கால் விதை ஆறு கட்டு நாற்றாகும். நாற்றை இரண்டு பிடி பறித்து ஒன்றுசேர்த்தால் ஒரு முடி. ஐந்து முடி ஒரு கை. இரண்டு கை அல்லது பத்து முடி ஒரு குப்பை. பத்து குப்பை ஒரு கட்டு. நாற்று பறிக்கா மல் இருக்கும்போது அது நாற்றங்கால். பறித்த பிறகு பறியங்கால். கோடை யில் தரிசாகக் கிடக்கும் வயல் பட்டக்கால்.

இதுதான் அதிசயம்

நடும்போது மூன்று நான்கு நாற்றுகளாக ஊன்றுவார்கள். இது ஒரு முதல். ஒரு ஒட்டை இடைவெளியில் அடுத்த முதல். கட்டை விரலையும் ஆள் காட்டி விரலையும் முடிந்தவரை விலக்கிப் பிடித்தால் வரும் இடைவெளி ஒரு ஒட்டை. இப்படி விரலால் ஊன்றியே பழைய நஞ்சையும் புது நஞ்சை யுமாகப் பதின்மூன்றேகால் லட்சம் ஏக்கர் நிலத்தைப் பெண்கள் நாற்றால் மூடிவிடுவார்கள். உலக அதிசயங்கள் எல்லாம் அதிசயமல்ல, இதுதான் அதிசயம்.

நட்டுவிட்டால் நாற்று முதலாகும். முதல் நிமிர்ந்தால் பயிராகும். பயிர் கிளைகட்டித் தண்டு உருண்டால் அது சூள்கட்டு. பிறகு கதிர். அதை அறுத்து நெல்லைப் பிரித்துவிட்டால் அதுவே தாள். தாளைப் போரடித்து துவைத்துவிட்டால் வைக்கோல்.

நாற்றால் சிறைபிடிக்கலாம்

நடவின்போது பண்ணை வீட்டுச் சின்ன ஆண்டை வரப்பை விட்டு வய லில் இறங்கினால் நடவாட்கள் கூட்டமாக ஓடிவந்து சுற்றிலும் நாற்றை நட்டுச் சிறைவைத்துவிடுவார்கள். பிறகு பிணைப் பணம் கொடுத்துத்தான் வெளியே வரலாம். நடவு வயலின் சிலிர்ப்பு தண்ணீர்மீது வெள்ளிக் கம்பிகளாக, தங்க இழைகளாக முடிவில்லாமல் நீண்டு, குரலின் நீட்சியே ராகமாகப் பெருகிவரும் நடவுப் பாட்டுகள் இப்போதெல்லாம் நினைவு தூண்டிவிடும் ஏக்கம்தான். பாடுவதற்கு ஒருவர் இருவர் இருந்தாலும் எதிர்ப்பாட்டுப் பாட ஒருவரும் இல்லை. நடவு முடியும் நாளில் நடவாட்

கள் நாற்று முடி ஒன்றை மீந்த முதலாக வீட்டுக்குக் கொண்டுவந்து தருவார்கள். அன்று அவர்களுக்கு வெற்றிலைப்பாக்குடன், பணம் கொடுப் பார்கள்.

வண்ணவண்ணச் சேலை

தைப்பிறப்பு நெருங்கிவிட்டால் வெள்ளையும் வெளிர் ஊதாவும், மஞ் சளும் பச்சையுமாக வரப்பு வாய்க்கால் எல்லாம் ஆரைக்கீரையும் பாய்க் கோரையும், மீன்முள்ளும், கானாஓலையும், சேம்பையும், சீலைப்பில்லும், அருகும், குறிஞ்சாவும், நரிப்பயறுமாகத் தழைத்து வண்ணச் சேலை ஒன்று விரித்திருக்கும்.

அறுவடையின் துவக்கமாக நல்ல நாளில் விதை முகூர்த்தம் செய்த ஈசானிய மூலையிலிருந்தே நிலம் தெளியாத காலைப் பொழுதில் புதிர் அறுத்து வீட்டுக்குக் கொண்டுவந்து குத்துவிளக்கேற்றிக் கும்பிடுவார்கள். பனிப்பதமாக இருந்தாலும், இந்தப் புதிர், தாளும் நெல்லுமாக உரசிக் கொண்டு புதுக் கருக்குப் பட்டுப் புடவையின் சரசரப்போடு வீட்டுக்குள் வரும்.

வாய்தட்டி கருக்கு விட்டு வைத்திருக்கும் கருக்கரிவாளால் மாவுக்கு நான்கு பேர் நின்று கதிரைப் பட்டம்பட்டமாக அறுத்து அரிகளாகப் போடு வார்கள். மூன்று பிடி அறுத்துப் போட்டால் ஒரு அரி. இரண்டு மூன்று அரி களைச் சேர்த்தால் ஒரு கோட்டு. சுமக்கும் அளவுக்கு கோட்டு களை தலைப்பு மாற்றி அடுக்கிக் கட்டிக் களத்துக்குத் தலைச் சுமையாகக் கொண்டுவருவார்கள். அப்படி வருவது கட்டு.

வயற்களம்

காவிரிப் படுகையில் பெரும்பாலும் வயற்களம்தான். அறுத்துப் போட் டிருக்கும் வயலில் தாளை அடியோடு அறுத்துத் தரை காய்ந்தவுடன் தென் னையின் அடிமட்டையால் தட்டித்தட்டிச் சமமாக்கினால் வயற்களம். ஈர மாக இருந்தாலும், ஒரே நாளில் காய்ந்து இறுகிவிடும். பொரி உருண்டை, வறுத்த நிலக்கடலை என்று களம்களமாகக் கொண்டுவந்து நெல்லுக்கு விற்பார்கள்.

கட்டுக் கட்டுவதற்குக் கட்டுப் பழுதை. கோட்டுப் பிடித்து அடிப்பதற்குக் கோட்டுப் பழுதை. கயிறு போல இருக்கும் இவற்றை நெல்லின் தாளைக் கொண்டே கையால் திரித்துக்கொள்வார்கள். கண்டுமுதலாகும் நெல் அன் றைக்கு அன்றைக்கே வீட்டுக்குப் போவதில்லை. களத்திலேயே சேர்த்து வைத்திருந்து பிறகு எடுத்துச்செல்வார்கள். இப்படிக் களத்தில் சேரும் நெல்லுக்குப் பட்டறை என்று பெயர். தாளைக் கனமாகத் தெளித்து அதன் மேல் பட்டறை போட்டு அதையும் தாளைப் பண்ணலாக்கி அதைக்

கொண்டே மூடிவிடுவார்கள். ஒவ்வொரு நாளும் சாணிப் பாலைக் கரைத்துப் பட்டறைக்குக் குறிமொந்தையால் குறியிட வேண்டும். இது வெட்டுமை பார்ப்பவர்கள் பொறுப்பு. யாரும் இரவில் பட்டறை கட்டா மல் (நெல்லைத் திருடாமல்) பார்த்துகொள்ளத் தலையாரிக் காவல் உண்டு.

கீழத் தஞ்சையில் அறுவடைக்கு விழுந்த கூலி என்ற முறை. கண்டு முதலாகும் நெல்லுக்குக் கலத்துக்கு இரண்டு மரக்கால் கூலி. ஆறு மூட் டைக்கு ஒரு மூட்டை. கூடுதலாக மேங்கூலியும் கொடுப்பதுண்டு. நெல் லைக் கூடையில் அள்ளிக் கையால் விசிறித் தூற்றத்தூற்ற நீளவாக்கில் முகடுவைத்துக் குவிந்துவிடும். இது பொலி.

களக்குறுணி

பொலியை மரக்காலால் அளக்கும்போது ‘‘ஒன்று, இரண்டு...’’ என்று அளக்க மாட்டார்கள். ‘‘லாபம், இரண்டு...’’ என்று ராகமாக உரக்கச் சொல் வார்கள். ஒரு கை நெல் ஒரு சேரை. இரண்டு கையையும் சேர்த்து அள்ளி னால் ஒரு கை. ஒரு மரக்கால் நெல் குறுணி. இரண்டு குறுணி பதக்கு. மூன்று மரக்கால் முக்குறுணி. பன்னிரண்டு மரக்கால் ஒரு கலம். ஐந்து கலம் ஒரு உறை. ஒரு உறை அளந்துவிட்டால் ‘‘உறை’’ என்று உரக்கச் சொல்லி உறைக் கணக்குக்காக ஒரு சேரை நெல்லை உறை நெல்லாகக் களத்தில் தனி இடத்தில் வைப்பார்கள். அடுத்த உறை அளந்தால் கணக்குக்கு மேலும் ஒரு சேரை. மரக்காலோடு நெல்லைக் கையால் கட்டி அளந்தால் கட்டளவை. விரல் மட்டும் மரக்காலைத் தொட்டிருக்க அளந்தால் கீர ளவை. உறை நெல் கிராமப் பூசாரியைச் சேர்ந்தது—இது உறைப்பிச்சை. தவிர, பண்ணையிலிருந்தும் பூசாரிக்குக் களம் புழங்கும் ஒவ்வொரு நாளும் குறுணி நெல் (களக்குறுணி) உண்டு. ஆட்களும் கூலியிலிருந்து தலைக்கு ஒரு கை நெல் பூசாரிக்குக் கொடுப்பார்கள். இது கூலிப்பிச்சை. தலையாரி களத்துக்கு வந்தால் அவருக்கும் களக்குறுணி. வெட்டுமை பார்ப்பவருக்குக் களக்குறுணியும் ஒரு கோட்டுக் கதிரும், ஒரு கோட்டுத் தாளும் கொடுப்பது உண்டு.

ஏடாங்கரிசி

அறுவடையின் நிறைவில் ஏடாங்கரிசி என்று ஒரு வழக்கம். தென்மேற்கு மூலையில் இதற்காக விட்டுவைத்திருக்கும் கதிரை அறுத்துவந்து களத்தில் தட்டி நிறைமரக்கால் நெல் அளந்து அதன் மேல் வெற்றிலைப்பாக்கு வைத்து ஆட்கள் பண்ணைக்குக் கொடுப்பார்கள். பண்ணையிலிருந்து வெற்றி லைப்பாக்கு, பழம், பூ, சந்தனம் வழங்கி ஆட்களுக்குக் களம்விடுவார்கள். அன்றைக்குக் களத்தில் கிடக்கும் நெல்லைப் பண்ணையில் ஒட்ட அளந்து எடுத்துக்கொள்ளாமல் பட்டுக் கம்பளம் விரித்ததுபோல் களத்தின் பரப் பில் விட்டுவிடுவார்கள். இதற்குக் களம்விடுவது என்று பெயர். பாக்குப்

பதிய களம்விடுவது என்று பழக்கம். ஒரு கொட்டைப்பாக்கை எறிந்தால் நெல்லில் புதைந்து மறையும் அளவுக்கான கனத்தில் நெல் பரப்பு. ஆடி யில் பொன்னேர் கட்டி ஈசானிய மூலையில் துவங்கும் சாகுபடி அதற்கு நேர் எதிர் மூலையான தென்மேற்கில் தை மாத ஏடாங்கரிசிக்கு அறுவடை செய்வதோடு நிறைவடையும். மாரிக் கால முடிவில் மார்கழி கர்ப் போட்டத்தின்போது ஈசானிய திக்கிலிருந்துதான் பஞ்சுப் பொதிகளாக மேகங்கள் புறப்பட்டு வான வீதியில் தென்மேற்குக்குப் பயணிக்கும். பருவங்களின் சுழற்சி இவ்வளவு இலக்கணச் செப்பத்தோடு பண்பாட்டு வழக்கங்களாக வடிவெடுத்தன.

சொல் வளமே சிந்தனை வளம்

இந்த விவரிப்பில் ஒரு வியப்புத் தொனி தொற்றியிருக்கலாம். அப் போதிருந்த சமுதாய அமைப்பின் ஆதாரச் சித்தாந்தம் என்னவாக இருந் திருக்கும் என்று பின்னாட்களில் ஒருவகையாக நாம் ஊகித்திருக்கிறோம். வெறும் விவரிப்பு அந்தச் சித்தாந்தத்தை ஏற்பதாகாது. சம்பா சாகுபடியின் இந்த விவரிப்பில் உள்ளவையும் இதில் இல்லாதவையுமான எத்தனையோ சொற்கள் நிலஉடைமைச் சமுதாயத்தைக் கட்டமைப்பவையாக அடை யாளம் பெற்றன. பிறகு கட்டுடைந்து காணாமல்போயின. ஆனால், மண் ணோடும், மழையோடும், பயிரோடும் அப்போதிருந்த உறவுக்கான சொற் கள் மொழியின் வளம் என்பது தலைப்பு மாறிய புரிதல். சொற்கள் அனு பவத்தைச் சாத்தியமாக்கி அதற்குச் செறிவைத் தருகின்றன. மொழி வகுத்த தடத்தில்தான் சிந்தனை பயணிக்கிறது. மொழி தன்னைக் கட் டமைத்து வைக்காத வெற்றிடத்தில் சிந்தனை சாத்தியமில்லை. சிந்தனைக்கு முந்தியது மொழி, அதற்குப் பின்னால் வருவதல்ல. மொழிக்கு வெளியே நிற்பவை சிந்தனைக்கு, சிந்தனையின் மாற்றுச் சொல்லான மனதுக்கு, எட்டாது. இந்தச் சொற்களே அற்றுப்போன கற்றவர்களின் மொழி எவ் வளவு அனுபவத்தைத் தனக்கு அந்நியமாக்கிக்கொண்டது! இவற்றைக் கழித்து, மண்ணோடு வந்த உறவை மனம்தான் பற்ற முடியுமா! நெல்வளம் நமக்குத் தரும் சொல்வளம் சிந்தனை வளம்தானே!

18.2.2014

* * * * *

9

பாலையைப் பொலிய வைக்கும் சித்திரை நிலவு

சித்திரையின் அடையாளம் நிலவு. தைப் பூசம், மாசி மகம் என்று மற்ற மாதங்களுக்கு நட்சத்திரங்களே அடையாளம். சித்திரை மாத நிலவு பாலையையும் அழகாக்கும். அறுவடைக்குப் பிறகு, உளுந்தும் பயறும் எடுத்த பிறகு, பில்பசலி என்ற நரிப்பயறும் காய்ந்த பிறகு, கீழத் தஞ்சையின் வயல்வெளி வெட்டவெளியாகிவிடும். இதனைப் பட்டக்கால் என்போம். வரப்பில் நிற்கும் பனையும், இலையே தெரியாத கருவையும் வெளியைக் கலைக்காது. பார்வையின் ஓட்டத்தை வாங்கிக் கடத்திக்கொண்டே இருக்கும். வெளியைக் காட்டவே வரைந்த ஓவியத்தில் இருக்கும் புள்ளிகளைப் போல.

நிலவுக்குப் பொங்கல்

சித்திரைப் பவுர்ணமியில் வீட்டைக் கழுவி, மாக்கோலமிட்டு, மாவிலைத் தோரணம் கட்டுவார்கள். வரவைக் காட்டும் பாதங்களை நிலைப்படியிலிருந்து வீட்டுக்குள் சித்திரக் கோலமாக வரைவார்கள். மாலையில் பொங்கலிட்டுப் படைப்பது வழக்கம். இந்த நாளை 'சித்திரா பவுர்ணமி' என்பார்கள். தைப்பொங்கல் சூரியனுக்கு; சித்திரைப் பொங்கல் நிலவுக்கு. இதைச் சித்திரகுப்தனுக்கு உரியதாகப் பொங்கலோடு உளுந்து, பயறு போன்ற தானியங்களை முறத்தில் வைத்தும் படைப்பது உண்டு. உளுந்தும் பயறும் சித்திரைக்குள் வரும் விளைச்சல்.

சித்திரையும் வைகாசியும் வசந்த காலம். ஆனால், வசந்தம் என்ற இள வேனில் சித்திரைவரைக் காத்திருப்பதில்லை. இலை கொட்டிய புங்க மரம் மாசிக் கடைசியிலேயே துளிர்த்துவிடும். மாமரம் துளிர்வைத்து அடுக்குத் தீபங்களாகப் பூத்துவிடும். வாகையும் அவற்றோடு தளிர்க்கும். இந்த மரங்களின் இலைகள் நாளொரு நிறமாகத் தடித்து மாறும். அரக்கு நிறத்துக்கு வரும்போதுதான் இன்ன வண்ணமென்று மொழியின் கரங்கள் அதைப் பிடித்து நமக்குக் காட்டும். பங்குனியில் மாவடுவைப் படியில் அளந்து வாங்கிக்கொள்ளலாம். அடுத்த சில வாரங்களில் புங்க மரம் மழைத் தூறலாகப் பூத்துக் கொட்டும். கொட்டிய பூ விரித்த நடைபாவாடையாகத்

தரையில் பரவும். வேம்பு மட்டும் தழைக்கவும் பூக்கவும் சற்றுத் தாமதிக்கும். திருவாரூர் போன்ற பெருங்கோயில்களில் வசந்தன் என்ற வசந்தத் திரு விழாவும் மாசிக் கடைசியில் துவங்கிப் பங்குனித் தேரோட்டத்தோடு முடிந்துவிடும்.

சித்திரைத் தேரோடுமா?

முயன்றாலும் முடியாத காரியத்தை, ''அதற்குச் சித்திரைத் தேர் ஓட வேண்டும்'' என்பார்கள். சித்திரையில் தேர் ஓடினாலும் ஓடும், ஆனால் இது முடியாது என்று பொருள். அப்போதெல்லாம் வடம்பிடிக்க கிராமங் களிலிருந்து ஆயிரக்கணக்கில் ஆட்களைத் திரட்டி அனுப்புவார்கள். தேரோ டும் வீதியில் வரும்போது எங்காவது ஆச்சலில் இறங்கியோ, மரத்தில் இடித்தோ தேர் நின்றுவிடும். அப்படியே போட்டுவிட்டு ஆட்கள் ஊருக் குத் திரும்பிவிடுவார்கள். நின்ற இடத்திலேயே சாமிக்குப் பூஜையெல்லாம் நடக்கும். மீண்டும் ஆட்களைத் திரட்டி வடம்பிடிக்க மாதங்களாகலாம்.

தேரின் பீடம் இலுப்பை மரம். பனை வாரைகள் அதன் மேல் குத்துக் கால்களாக நிற்கும். அதற்கு மேல் மூங்கில் கழிகளால் பட்டை வைத்துக் குடை போன்று கூரை. கூரையைப் போர்த்தியிருக்கும் தேர்ச் சீலையில் வண்ணக் கோலங்கள் பொலிந்துகிடக்கும். நான்கு மறைகளே குதிரைக ளாக, சூரியனும் சந்திரனும் சக்கரங்களாக, பிரம்மாவே சாரதியாக, பிர பஞ்சத் தலைவன் தேரில் வருவான். கூரையிலிருந்து தொங்கும் தொம்பை கள் தோரணையோடு அசைந்தாடும். தேரின் பின்கால்களுக்கும் சாலைக் கும் இடையில் உஞ்சாமரத்தைச் செலுத்தி உலுக்குவார்கள். உலுக்கஉலுக் கத் தேர்க்கால் இருந்துபோன நிலையிலிருந்து கொஞ்சம் அசைந்து உரு ளும். அதிர்வேட்டும் ஆரவாரமும் சேர்ந்துகொள்ளும். முட்டுக்கட்டை களைக் கொடுத்துத் திருப்பும்போது ரதவீதி மூலைகளில் தேர் கம்பீரமாகக் குலுங்கித் திரும்பும். விவரம் அறிந்தவர்கள் தேர் இப்படி வீதிகளின் மூலையில் திரும்புவதைப் பார்க்கக் கூடுவார்கள். சில நேரங்களில் தேர்க் காலைத் தடுக்கும் முட்டுக்கட்டை தெறித்துச் சிதறிவிடும்.

வரத்து நின்றால் வறட்சி

கீழத் தஞ்சையில் சித்திரை-வைகாசி வறட்சியைப் பார்ப்பவர்கள், ''அந் தத் தை மாத வளத்தை இந்த இடத்திலா பார்த்தோம்!'' என்று சந்தேகிப் பார்கள். பயிர்செய்த பகுதிகள் எல்லாம் நீரற்ற குளமாகக் காய்ந்து வெடித் திருக்கும். வெடிப்பில் கை நுழைக்கலாம். காவிரியில் நீர் வந்தால் வளம்; வரத்து நின்றால் வறட்சி. பெரும் நிலப்பரப்பு ஒன்றில் நாடகக் காட்சியின் மிகையோடு எதிரெதிரான மாயங்கள் கண்முன் நிகழும்.

இங்கு வாழ்கையின் சுழற்சி இரண்டே சலனங்களில் அடங்கும். தண்ணீர் காலத்து வயல் வேலை; சித்திரைக் கோடையில் மராமத்து வேலை. மூன்றாவதாக ஒன்றைச் சொல்ல வேண்டுமானால், இரண்டுக்கும் இடையில் வரும் திருவிழாக்களைச் சொல்லலாம். கிராமம் என்பதற்கு அடையாளம் அதற்காக ஒரு பிடாரியும் ஐயனாரும் இருப்பது. மண்ணில் குதிரையும் மாடும் செய்து, சுட்டு, கண் திறந்து, தாரை தப்பட்டையோடு ஐயனார் கோயில்களுக்குத் தூக்கிச்செல்வார்கள். இது புரவி எடுப்பு. கைகூப்பிய மனித உருவமாக மண்ணில் செய்த மதலைகள் மாரியம்மனுக்கான நேர்த்திக்கடன். ஊர்ப் பிடாரியும், ஐயனாரும் திருவிழா கண்ட பிறகுதான் பெருங்கோயில்களின் சிவனுக்கும் பெருமாளுக்கும் திருவிழாவின் கொடியேற்றம் நடக்கும். ஒண்ட வந்தது ஊர்ப் பிடாரியை விரட்ட இயலவில்லை என்பதை நீங்கள் ஊகித்துக்கொள்ளலாம். எங்கள் ஊரின் பிடாரிக்குச் செல்லியம்மன் என்று பெயர். இதற்குக் காப்புக் கட்டி, தேர்த் திருவிழா முடிந்த பிறகுதான் பெருமாள் கோயில் பங்குனிப் பெருவிழாவுக்குக் கொடியேறும். திருவாரூரிலும் பிடாரிக்குத் திருவிழா நடந்த பிறகுதான் தியாகேசர் கோயில் வசந்த உற்சவத்துக்குக் கொடியேறும்.

உடைத்து உள்ளே வந்த வெள்ளம்

திருவிழா முடிந்து விடையாற்றியில் ராம நாடகம், லவ குசா, அரிச்சந்திர மயான காண்டம், இரணியன், பவளக்கொடி, பாரதக் கதைகள் போன்ற புராண நாடகங்கள் நடக்கும். ஒரு நாடகத்தில் வரும் ‘‘என் கண்கொள்ளாச் சேனை எங்கே? கர்ணனும் சகுனியும் எங்கே? எங்கே?’’ என்ற திருதராஷ்டிரனின் புலம்பல் காதில் ஒலிக்கிறது. இவற்றின் வழியாக, சித்திரைப் பிறப்பிலிருந்து எட்டுக்குடி முருகனுக்கு வந்துகொண்டேயிருக்கும் காவடிகளின் வழியாக, அருணாச்சலக் கவியின் கீர்த்தனைகளும், அண்ணாமலை ரெட்டியாரின் காவடிச்சிந்தும் பலருக்குப் பழக்கமாகியிருந்தன. ‘ரத்தக் கண்ணீர்’ என்ற சமூக நாடகமும் திருவிழாக்களில் நடந்தது எதையோ உடைத்து உள்ளே வந்த வெள்ளமாகத் தெரிகிறது. சில கிராமங்களில் விரும்பியவர்களுக்கு நாடகங்களைப் பழக்கித்தர வாத்தியார்கள் இருந்தார்கள். அவர்கள் கைவசம் சமூக நாடகங்கள் இருந்தன. பொழுதுபோக்காகக் கோடையில் இந்த நாடகங்களை நடிப்பார்கள். அப்போதுவரை கலைகள் முற்றாகத் தொழிலாகிவிடவில்லை.

இரவு சாப்பிட்டுவிட்டு ஆற்று மணலில் விளையாடச் சென்றுவிடுவோம். இரண்டு மூன்று மணிவரை உப்புக்கோடு விளையாடி, உடம்பிலிருக்கும் மணல் போக மடுவில் குளித்துவிட்டுத் தூங்குவதற்கு வீடு திரும்புவோம். வாசலில் காற்றுக் கொட்டகை போட்டிருக்கும் வீடுகளில் விசுப்பலகை மீது தென்றல் வீசச் சுகமாகத் தூங்கலாம். உயரமாக வள

ரும் டெயின்சா என்ற பசுந்தாள் பயிரை வயலில் தெளிப்பதுண்டு. இது காடாகவே வளர்ந்துவிடும். இந்தக் காட்டில் ஒளிந்து பிடித்து விளையாடு வது சிறுவர்களுக்கு ஓய்வறியாத பகற்பொழுது விளையாட்டு.

காலையில் கடைந்த பசு மோர் மண் பானையில் உறியிலிருக்கும். வெயி லில் சென்று வீட்டுக்கு வந்தால் அதை மூக்குக் குவளையில் ஊற்றிக் குடிக் கலாம். விளாமிச்சை வேரைத் துணியில் முடிந்து மண் பானைத் தண்ணீரில் போட்டுவைப்பார்கள். தஞ்சாவூர்க் கீழ வாசலின் குணங்குடிதாசன் நன் னாரி சர்பத் விருந்தாளிகளுக்குப் பெருமையாக வாங்கித்தரும் பண்டம். கொல்லையிலிருக்கும் கேணிகளுக்கு நெல்லிக்கட்டைச் சூறாவளி வைத் துக் கட்டியிருப்பார்கள். கேணியின் தூரிலிருக்கும் மணலும் இந்தச் சூறா வளிக் கட்டையும் தண்ணீரைக் குளிர்ச்சியாக வைத்திருக்கும். பகல் பொழுது குளியலை அந்தத் தண்ணீர் காசில்லாமல் கிடைக்கும் பெரும் சொகுசாகவே மாற்றிவிடும். எங்கள் தென்னந்தோப்புக்குள் இப்படி ஒரு கேணியிருந்தது. பொழுது சாய்ந்து அதில் குளித்தோமானால் கோடை யிலும் உடம்பு வெடவெடக்கும்.

மென்மையின் ஈர்ப்பைக் கற்கலாம்

கொக்காலடி பாமணியிலிருந்து விசாலமான வெட்டுக்கூடையில் வரும் விரிந்த வெள்ளரிப் பழம் அலர்ந்த மலராகவே இருக்கும். மண்ணில் விளைந்தது என்று சொன்னால்தான் நம்பலாம். மென்மையின் வலுவான ஈர்ப்பை அதன் நிறமும் மணமும் நமக்குக் கற்றுத்தரும். நீர்த்திவலைகள் மணல் குருணைகளாகத் திரண்டிருக்குமோ!. மா, பலா, வாழை என்று அப்போது நடக்கும் திருமணங்களில் முப்பழத்தோடு விருந்து. சித்திரை யில் மாவும் பலாவும் வண்டிவண்டியாக வந்து இறங்கிவிடும். வாழை இலைக்குத் தட்டுப்பாடு வந்தால் வீட்டுக்கு வரும் விருந்தாளிகள் வாழைச் சருகில் சாப்பிடலாம். பச்சை வாழைப் பட்டையை அளவாக வெட்டி, புறணியைக் கழித்து, இரண்டிரண்டாக ஒட்டித் தைத்து வயிற்றுப் பகுதி யில் சாப்பிடுவார்கள். இப்படியே தென்னை ஓலையை வெட்டித் தைத்து அதன் முதுகுப் பகுதியில் சாப்பிடலாம். விருந்தாளிகளுக்குத் தட்டில் சாப் பாடு போடுவதில்லை. தகுந்ததைத் தைத்து இலையாக்கிச் சாதம் பரிமாறும் அற்புதமான கலை எல்லாருக்குமே கைவந்திருந்தது. ஒருவர் சாப்பிட தென்னை ஓலை தைப்பதற்கு இளங்கன்று ஓலையாக இருந்தால் பத்து ஓலை அதிகம் என்று சொல்ல வேண்டும். அப்படித் தைத்த இலையில் தண் ணீரை அள்ளலாம், இடுக்குக் கொடுத்திருக்காது. வாழை மட்டை இலை யில் சாப்பிட்டு எழுந்தால் அதில் சாதமோ, குழம்போ ஒட்டியிருக்காது. அதன் பரப்பில் அப்படியொரு தண்ணீர் ஒட்டாத ரசம் இருக்கும்.

சித்திரைக்கு முன்பிருந்தே இராமநாதபுரத்திலிருந்து செம்மறியாட்டுக் கிடைகளுடன் கீதாரிகள் வருவார்கள். கிடைகள் வடக்கே கொள்ளிடக் கரைவரை சென்று காவிரியில் தண்ணீர் வருவதற்குச் சற்று முன்பு ஊர் திரும்பும். ஒருவராகவே மனைவியுடன் நூறு, இருநூறு ஆடுகளை ஓட்டி வருவார்கள். கையில் ஒரு கம்பும், ராஜபாளையம் வகை நாய் ஒன்றும் தான் பாதுகாப்புக்கு. நெல்லுக்கு வயலில் கிடை கட்டி, ஊர் திரும்பும் போது அந்த நெல்லை அரிசியாக்கி எடுத்துச்செல்வார்கள். இவர்களிடம் குறவஞ்சி என்ற சிலம்ப விளையாட்டைச் சிலர் கற்றுக்கொண்டார்கள். கிராமத்தின் இளைஞர்கள் எல்லாருமே கோடையில் சிலம்பம் பழகுவார் கள். எங்கள் பகுதியில் துலுக்காணம் என்ற ஒரு சிலம்ப விளையாட்டு பிரபலமாகியிருந்தது. இதைச் சொல்லித்தர எனக்கு மின்னல் வெட்டு இபுராகிம் சாயுபு என்று ஒரு வாத்தியார் அமைந்தார். ஒளிமது ராவுத்தர் (அவுலியா என்பதன் மரு என்று நினைக்கிறேன்) என்றும் அழைப்பார்கள். மின்னல் வேகத்தில் விழும் அவரது கம்பைக் கட்ட முடியாது என்பதால் அவருக்கு அந்தப் பெயர். கட்டுவது என்றால் தடுத்து நம்மைக் காத்துக் கொள்வது. தைக்காலின் சந்தனக் கூடு விழாவில் அவரது சீடர்களின் அரங்கேற்றம் நடக்கும். இன்னும் சில வாத்தியார்களும் சீடர்களோடு வந்திருப்பார்கள். தனது சீடர் யார் மீதாவது கம்பு பட்டுவிட்டால் ஒளி மது ராவுத்தர் அந்த எதிராளியை வென்றுகாட்டாமல் விட மாட்டார். அப்போது சூழ்நிலை சற்று நேரம் ஒரே இறுக்கமாகிப்போகும். இவ்வளவு இருந்தாலும், கோடையில் கிடை ஆடுகளோடு வரும் கீதாரியைக் கெஞ்சி எனது கூட்டாளிகளில் சிலர் குறவஞ்சி கற்றுக்கொண்டார்கள். துலுக்காணத்துக்கு அகப்படாத நுணுக்கங்கள் சில அதில் இருப்பதாகப் பேச்சு. இதற்காகவே இளைஞர்கள் கீதாரிகளைச் சிநேகம் பிடிப்பார்கள். கைவித்தையைக் கீதாரிகள் யாருக்கும் முழுதாகக் கற்றுக்கொடுத்ததாகக் கேள்விப்பட்டதில்லை.

கும்பகோணம் குடமிளகாய்

கத்தரி, கொத்தவரை, மாங்காய் வத்தல் போடுவது பெண்களின் கோடை வேலையாக இருக்கும். உளுந்து, பயறு உடைத்து, புளி கொட்டையெடுத் துக் காயவைப்பதெல்லாம் சித்திரையை ஒட்டி நடக்கும். எள்ளோ, தேங் காயோ இருந்தால் செக்கில் எண்ணெய் ஆட்டி இருப்புக் கட்டுவார்கள். மாசி, பங்குனியிலிருந்தே தஞ்சாவூரிலும் கும்பகோணத்திலும் குடமிள காய் கிடைக்கும். விவரமுள்ளவர்கள் சித்திரையில் மறுதாம்புக் காய் வரும் வரை காத்திருந்து வாங்குவார்கள். வயலில் வெட்டுமாலை வைத்துப் புறணி யைத் தணிப்பார்கள். கீற்று முடைவது, பாளை கிழிப்பது, பனை மட்டை யின் அகணியைக் கிழித்து நாராக்கிக்கொள்வதெல்லாம் கோடையில் மும்

முரமாக நடக்கும். சித்திரையின் பிற்பகுதியும், வைகாசியின் முற்பகுதியும் அக்னி நட்சத்திரக் காலம். அப்போது வைக்கோல் போர் போடுவதையும், கூரைக்குக் கீற்றுப் போடுவதையும் தவிர்ப்பார்கள்.

சித்திரை கழிந்து பத்து நாட்களுக்கெல்லாம் குளிப்பதற்குக் குளம் தேட வேண்டும். குட்டைகள் காய்ந்துவிடும். குளத்து நீர் பாசி பிடித்துக்கிடக் கும். தாமரைக் குளங்கள் மட்டும் விரைவில் கெட்டுப்போகாது. மேட்டூர் திறந்து ஆற்றில் தண்ணீர் வரும்வரை கேணியைத்தான் நம்பியிருக்க வேண் டும்.

சித்திரையில் புயல்

இங்கு சித்திரையிலும் புயல் வந்தது உண்டு. அப்போது நாசம் செய்ய வயலில் பயிர் இருக்காது. வீசிய காற்றிலும் மழையிலும் வயலின் வெட்ட வெளியில் கிடந்த கிடைமாடும், ஆடும் ஒண்ட இடமில்லாமல் இறந்திருக் கின்றன.

வெயிலின் உச்சத்தைச் சித்திரை வெயில் என்பார்கள். அப்போது நடக் கும் வழிபாட்டில் அம்மனுக்கு இளநீரும், நீர்மோரும், பானகமும் வைத்துக் கும்பிடுவது வழக்கம். மூர்க்கமான ஒன்றைப் படியவைக்கப் பேசும் பேரம். பருவங்களின் உக்கிரத்தை நயந்தே தணித்தார்களே!

20.04.2015

* * * * *

10

தண்ணீரும் காவிரியே!

தார்வேந்தன் சோழனுக்குப் புனல் நாடன் என்று பெயர். "தண்ணீரும் காவிரியே தார்வேந்தன் சோழனே" என்று ஒரு பழம்பாடல் உண்டு. வீட்டுக்கு வெளியில் அடி வைத்தால் தண்ணீர். நடந்தால் சேறு. கிராமங்கள் எல்லாம் தீவுகள். வயல் வரப்பும் ஆற்றுக் கரையும் தவிர வேறு பாதை இருக்காது. பார்க்கும் இடமெல்லாம் தண்ணீர்க் காடு. புனல் நாடு என்று புகழப்பட்ட கீழத் தஞ்சை ஐப்பசி, கார்த்திகை மாதங்களில் இப்படித் தான். கோடை பிறந்துவிட்டால் வயலெல்லாம் பட்டக்காலாகி ஒரே பொட்டலாக விரிந்திருக்கும். எங்கேயிருந்தும் எங்கேயும், இருபது முப்பது மைல் கூட, வயலின் குறுக்கே இஷ்டத்துக்கு நடக்கலாம். சித்திரா பவுர்ணமியில் எட்டுக்குடிக்கு வரும் காவடிகளைப் பார்க்க வேண்டும். வண்டிக்காலின் குடத்தில் கோத்திருக்கும் ஆரங்கள் போல எல்லாத் திக்கிலிருந்தும் வயல் குறுக்காகவே சரம்சரமாகக் காவடிகள் வந்து குவிந்து கொண்டிருக்கும். சாலை, பாதை என்று எதுவும் வேண்டியதில்லை. மழைக் காலத்தில் ஒரே பாதையாக இருக்கும் தொடர்பு, கோடையில் இப்படி ஓராயிரம் பாதைகளாகிவிடும். சூழலியல் நோக்கில் கீழத் தஞ்சை தனிப் புவிப்பரப்பு.

வெள்ளமும் உண்டு, வறட்சியும் உண்டு. இடைப்பட்ட தண்ணீர்த் தட்டுப்பாடும் உண்டு. இவற்றை எதிர்கொண்டு மீள்வதற்கு மக்கள் காலங் காலமாகத் தங்களை எப்படித் தகவமைத்துக்கொண்டார்கள்? அதில் உருப் பெற்ற பண்பாட்டுக்கூறுகள் என்னென்ன? இவற்றுக்கான விடைகள் இக் காலத் தகவமைப்பின் பின்னணியில் சுவாரசியமாக இருக்கும்.

குளம் பிறந்து கிராமம் பிறந்தது

இந்தப் புனல் நாட்டில் ஒரு குளம் பிறந்துதான் கிராமம் பிறக்கும். குளம் வெட்டிய மண்ணைக் கொண்டு மேடுபடுத்தி அதன்மேல் வீடுகளைக் கட்டுவார்கள். இப்படித்தான் கமலாலயம் என்ற தெப்பக்குளத்தைச் சுற்றித் திருவாரூர் பிறந்தது; ஹரித்ராநதி என்ற தெப்பக்குளத்தைச் சுற்றி மன்னார்குடி பிறந்தது. தெருவுக்கு முன்புறம் ஒரு நீராதாரம்; வீட்டின்

பின்புறக் கேணியில் வற்றாத ஊற்றாகக் குடிநீர். சில ஊர்களில் தெரு வின் இரண்டு முனைகளிலும் குளங்கள். இடத்திலிருந்து வலமும், வலத்தி லிருந்து இடமுமாக வெட்டிப்போட்ட மண்ணின் மேட்டில் உருவாகி யிருக்கும் தெரு. தெருவின் பின்னால் நீள ஓடையாக வெட்டுவார்கள். வெட்டுமண் விழுந்த இடத்தில் முன்தெருவின் மடிப்பாக அடுத்த தெரு. தெருவுக்குப் பின்னால் ஓடை இருக்கும். ‘‘உங்கள் புழக்கடை தோட் டத்து வாவியுள்’’ என்ற திருப்பாவைத் தொடரின் பொருளைக் கீழத் தஞ்சையில் கண்ணால் பார்க்கலாம். இந்த வாவிகள் திருவாய்மூரிலும் திரு வாரூரிலும் உண்டு. ஆண்டாள் சொல்லியபடி ஆம்பலும் செங்கழுநீரும் இல்லை என்றாலும், திருவாய்மூரில் தாமரையைக் காணலாம். திருத் துறைப்பூண்டிக்குத் தெற்கே கட்டிமேடு என்ற கிராமத்தில் பல வீடுகளின் புழக்கடையில் குட்டை இருந்தது. மனையை மேடாக்குவதற்காக மண் எடுத்த இடம்.

சாலைகள் வயல் வரப்பு

வாய்க்காலும் வாரியுமாகவே இருக்கும் புனல் நாட்டின் கிராமங்கள் கிட்டத்தட்ட புராதனமானவை. ஒரு அவசரத்துக்குக்கூட அங்கே செல்ல முடியாது; சென்றுவிட்டால் நினைத்தபோது திரும்ப முடியாது. இப் போது நினைத்துப்பார்த்தால் எப்படித்தான் இத்தனை காலம் இருந்திருப் பார்களோ என்றிருக்கும். பெரிய ஆறுகளாக இருந்தால் அக்கரையிலும் இக்கரையிலுமாக மண்டபங்கள் இருந்தன. ஆற்றில் தண்ணீர் குறையும் வரை அங்கே காத்திருந்து பிறகு கடக்கலாம். இப்போதுபோல் தேக்கி யிருக்கும் தண்ணீர் அணைதிறந்து ஒரே சீராக நாட்கணக்கில் ஓடுவதில்லை. விடியும்போது இல்லாத தண்ணீர் உருமத்தில் வெள்ளமாக வந்து, அந் திக்கு அரை ஆறு, கால் ஆறாகக் குறைந்துவிடுமாம். ஆற்றங்கரைக் கிராமத் தில் இருந்த நாங்கள் பார்த்துக்கொண்டேயிருந்து எங்கள் காலத்திலும் ஆற்றை இப்படிக் கடந்திருக்கிறோம்.

வெண்ணாறு, கொள்ளிடம் போன்ற பெரிய ஆறுகளில் பரிசல் துறை கள் இருந்தன. தலைச் சுமையோடு வரும் பெண்கள் தண்ணீர் பெருகிய போதும் அக்கரைக்குச் சென்றதைச் சொல்வார்கள். பெரிய மண் சாலுக்குள் சாமான்களை வைத்து அதை நிமிர்ந்து மிதக்கவிட்டு வாயைக் கையால் பிடித்துக்கொண்டு, முழங்காலை அண்டை கொடுத்ததுபோல் மடித்து, தூரோடு அணைத்தபடி மிதப்பார்கள். சாலின் வாயை எதிர்புறத்தில் பிடித் தபடி ஒரு ஆண் நீந்தி இழுத்துக்கொண்டு அக்கரைக்குச் சென்றுவிடுவார். சுமையை அங்கே சாலிலிருந்து கூடைக்கு மாற்றிக்கொள்ளலாம். முடிந்த இடங்களில் வாய்க்காலைத் தாண்டுவதற்குப் பனை அல்லது தென்னை மரத்தைக் குறுக்காகப் போட்டிருப்பார்கள். வாரி, ஆறு என்றால் மூங்கில்

பாலம். கால்சட்டை, மேல்சட்டையைக் கழற்றிப் புத்தக மூட்டைக்குள் திணித்துக்கொண்டு ஆறு, வாரி, வாய்க்காலில் இறங்கித் தாண்டி, பிள்ளைகள் பள்ளிக்குச் சென்ற கிராமங்கள் ஏராளம். எங்கள் கிராமத்திலிருந்து ஆறு தாண்டி, பெரிய வாரி, சின்ன வாரி தாண்டி, வாய்க்கால்களைத் தாண்டி நகரத்துக்குச் செல்வோம். சுற்றிலும் இருக்கும் தண்ணீரைத் தொந்தரவாக நினைத்து இயற்கைக்கு இன்னும் அந்நியமாகாத காலம் அது. இப்போதுதான் இரண்டு தூறல் விழுந்தாலே பகைப்புலத்திலிருந்து யாரோ படையாக இறங்கிவிட்டதைப்போல் பயப்படுகிறோம். வானத்தின் கீழேதான் வாழ்கிறோம் என்ற நிலைமையிடம் தோற்றுக் கண்ட சமரசமல்ல அப்போதைய வழக்கங்கள். பகைத்து வெல்ல நினைக்காமல் அசைந்துகொடுத்தே நிலைமையைத் தன் வசத்தில் வைத்திருக்கக் கல்லாமல் கற்ற தத்துவம்.

வயலும் தண்ணீருமாகவே இருக்கும் நாட்டில் வயல் வரப்பை உடைத்துப் பரப்பித்தான் சாலைகளை அமைத்தார்கள். சாலையின் வளைவுகள் வயலின் வரப்புப் போலவே 90 பாகையில் இருக்கும். மன்னார்குடி-திருவாரூர் சாலையில் குத்துக்கோணத்தில் இருக்கும் இந்த 90 பாகை வளைவுகளை வெளியூர்ப் பயணிகள் நொந்துகொள்வதைப் பார்க்க வேண்டுமே! பழங்காலப் பரிச்சயமுள்ள நண்பர் ஒருவரை சாலை ஏன் இப்படி இருக்கிறது என்று கேட்டேன். ராஜா பல்லக்கில் போகும்போது ராணி முன் பல்லக்கில் போவார். தன் பார்வையிலிருந்து அவர் அகலக் கூடாது என்பதற்காகவே வளைவுகளை நிமிர்த்தாமல் சாலை போட்டார்கள் என்றார். இப்போதும் வரப்பைத் தளர்த்தித்தான் இங்கே புதுச் சாலை போடுகிறார்கள். சாலைக்காகவே ஆனாலும் விளையும் வயலைத் தொட்டு ஆக்கிரமிக்க அஞ்சியது வெறும் அச்சமா அல்லது மண்ணோடு வந்த உறவின் சித்தாந்தமா?

இந்தச் சூழலில் நெல் சாகுபடி ஒரு சாமர்த்தியம். நடவு பிந்திப்போய் இளம் பயிராகவே இருந்து, ஐப்பசி-கார்த்திகை மழையில் மூழ்கிவிடக் கூடாது. கொஞ்சம் முந்திக்கொண்டாலோ அடைமழைக் காலத்தில் பாளையின் பூ கொட்டிச் சேதமாகிவிடும். ஆற்று வரத்தில் நடவு, பருவமழையில் பயிர் வளர்ச்சி, மழை ஓயும் மார்கழியில் கதிர் முற்றி, தையில் அறுவடை. இப்படிப் பருவங்களோடு நீயா, நானா என்று விவசாயிகள் சாமர்த்தியம் பண்ணுவார்கள். சாமர்த்தியம் பலிக்க அந்தந்தக் காலத்தில் இடைஞ்சலாக வரும் பயணங்களையும், திருமணங்களையும் தவிர்ப்பார்கள். கிராமங்களில் லேசில் தண்ணீர் வடியாத கோட்டகம் உண்டு. இதற்குத் தோதுவான நெல்வகையின் நாற்றை வளரவிட்டுப் பறித்துக் கோட்டகத்தில் நட்டு வைப்பார்கள். முதல் நிமிர்ந்துவிட்டாலே சட்டென்று முழங்கால் பயிராகி வெள்ளத்துக்குத் தப்பிவிடும். நான்கு விரற்கடை உயரத்தில் நாற்றை

வைத்து இப்போது இயந்திர நடவு செய்கிறோம். புனல் நாட்டை இப்போது பிறந்தவர்களாகப் புரிந்துகொண்டிருக்கிறோம்!

பாலாடை மரம்

தண்ணீர்த் தட்டுப்பாடு என்றால் வாய்க்காலில் கவணை போட்டுத் தண்ணீர் பாய்ச்சுவார்கள். முடியாதபோது இறைகூடை பிடித்து இறைக்க வேண்டும். முக்காலி நட்டு பாலாடை மரத்தால் இறைப்பதும் கடைமடைப் பகுதிகளில் உண்டு. இறைகூடையும், பாலாடை மரமும் எதற்கு ஆகும் என்று நீங்கள் கேட்கலாம். நாகை, திருத்துறைப்பூண்டிப் பகுதிகளில், பல நேரங்களில் இவற்றைக் கொண்டுதான் பயிரைக் காப்பாற்றியிருக்கிறார்கள். மழை அதிராக இருந்துவிட்டால் மூன்றாங்கொம்பு நாற்றங்காலுக்குத் தோண்டிக்கால் போட்டுத் தண்ணீரை ஒட்ட இறைக்க வேண்டும். சுற்றிலும் சாண் உயரம் தண்ணீர். நடுவில் பத்துப் பாய் விரிக்கும் பரப்பில் நாற்றங்கால். அது மட்டும் தண்ணீரில்லாமல் இருக்க வேண்டுமானால் பிறந்த குழந்தையைக் காப்பதுபோல் அதைக் காக்க வேண்டும். வரப்பைச் சுற்றிச்சுற்றி வந்து, நண்டு வைக்கும் மோட்டைகளை மிதித்து அடைத்துக்கொண்டே இருப்பார்கள். ஒரு மோட்டை இருந்தாலும் நாற்றங்கால் முழுகிவிடும். மழை வேண்டியபோது சிவன் கோயில் நந்திக்கு மிளகுக் காப்பு இடுவார்கள். நந்தியை நீரில் நிறுத்தி வைப்பதும், ஐயனார் கோயில் குதிரையின் காலில் சீட்டு எழுதிக் கட்டுவதும் நடக்கும். இயற்கைக்கு விண்ணப்பம் அனுப்பலாம், வெல்ல நினைக்கலாமா!

தரையிலிருந்து நாலடி உயரத்துக்கு மேல் திண்ணைகள் வைத்து வீடுகள். இது வெள்ளத்தில் தற்காப்புக்கான ஏற்பாடு. புயலுக்கும் அசைந்து கொடுக்காத பிரமிட் போன்ற அமைப்பில் ஓட்டுக்கூரை. வைரம்பாய்ந்த பனை வாரைகள். கவிழ்த்து ஒன்றும், அதன்மேல் மல்லாத்தி ஒன்றுமாக வரிவரியாக வேயப்பட்டிருக்கும் நாட்டு ஓடு. மல்லாத்தியிருக்கும் ஓட்டு வரிசை மழை பெய்யப்பெய்யத் தண்ணீரை வாங்கித் தரைக்கு அனுப்பிவிடும். சுவர் நனையாமலிருக்கக் கூரைவாரியை நீட்டிவைத்திருப்பார்கள். மாரளவுக்குக் கல் சுவர், அதற்குமேல் மண் சுவர் என்று நூறு வருடங்கள் தாண்டிய வீடுகள் இருந்தன. மண் சுவரை நீண்ட வாரி நனைய விடாது. இந்த வீடுகளை இடித்துக் கட்டினார்கள். அப்போது மனிதன் தனக்கு வேண்டுமென்று வைத்துக்கொண்டதுபோக எஞ்சியது எல்லாவற்றையும் தானே வாங்கி எளிதாகச் செரித்துக்கொண்டது பூமி. பூமிக்குச் செரிக்காத பொருள் அப்போது வீட்டில் இருந்ததில்லை. இடையில் பத்து நிமிடம் வெயில் காட்டினாலும் ஓட்டுக் கூரையில் சுவர்ந்திருக்கும் மழைத் தண்ணீர் ஆவியாகிக் கூரை இலேசாகிவிடும். வசதியான மிராசுதாரர்களும் பல தலைமுறைகள் இந்த ஓட்டு வீடுகளிலேயே வாழ்ந்தது சூழலோடு இருந்த முழுமையான இயைபு.

மழையை வெருட்டலாம்

வெளியே வர இயலாதவாறு இரண்டு மூன்று நாட்கள் தொடர்ந்து மழை கொட்டும். நாளைக்கு இரண்டு வேளை போரிலிருக்கும் காய்ந்த வைக்கோலை மாட்டுக் கவணையில் வைப்பதுதான் வேலையாக இருக்கும். தாழங்குடைகள் புழக்கத்திலிருந்தன. தென்னங் கீற்றை மடித்து நெட்டு வாக்கில் இணைத்துக் குடலையாகப் போட்டுக்கொண்டு மழையில் நடக்கலாம். உடலோடு ஒட்டியிருப்பதால் பெருங்காற்றுக்கும் தாங்கும். காற்று என்றால் தஞ்சைப் பகுதியில் புயல் என்று பொருள். புயலைக் காற்று என்பவர்கள் அதற்கு எவ்வளவு பழகிய சமுதாயம்! இங்கு மழையே குட்டி குட்டிப் புயலால் வருவதுதான்.

அடைமழையின்போது பொழுது மறைந்ததைப் பீர்க்கு பூப்பதை வைத்துத் தெரிந்துகொள்வார்களாம். விடாது பெய்யும் மழையை வெருட்டி விரட்டுவார்கள். ஆண் பிள்ளையை அம்மணமாக நிற்கவைத்துக் கொள்ளிக் கட்டையைக் கொடுத்து வானத்துக்குக் காட்டி "சுட்டுவிடுவேன்" என்று சொல்லச் சொல்வார்கள். மழை நிற்பதற்காகப் பேன் ஒன்றை நத்தாங் கூட்டுக்குள் வைத்துப் புதைப்பார்கள்.

மழைக்காலத்தில் பச்சைக் காய்கறிகளைத் தேட மாட்டார்கள். கத்தரி, கொத்தவரை, பறங்கி, அவரை வத்தலும், மொச்சை, கொண்டைக் கடலையும் இருப்பில் இருக்கும். மாங்காயும் வெட்டுவத்தலாக, அடை மாங்காயாக இருக்கும். கருவாடும், உப்புக்கண்டமும் வேண்டியது வைத்திருப்பார்கள். உப்புக்கண்டத்தில் சாம்பார்கூட வைப்பது உண்டு. இவற்றைச் சுட்டோ, வறுத்தோ, குழம்பிலிட்டோ இயன்றவாறு சாப்பிடலாம். உணவுப் பழக்கத்தில் வறியதாகிவிட்ட நம் காலம் இந்தச் சுவைகளை அறியாது. மழையில் வெளியூர் செல்ல வேண்டுமானால் வண்டியில் மூங்கில் பிளாச்சுக்களை வளைத்துவைத்துக் கட்டிக் கீற்று வேய்ந்து கூரைபோல் செய்துகொள்வார்கள். மழையோ தண்ணீரோ இம்சையாகத் தெரியாத அளவுக்குக் கைவசம் இப்படி நிறைய வித்தைகள் இருந்தன.

சோழர் காலத்து நாணல்காரர்

ஆற்றுக் கரைகளை வெள்ளம் அரிக்காமலிருக்க மூங்கில் படல்களைக் கொண்டு முடசல் கட்டிவைப்பார்கள். கரை அரிப்பைத் தடுக்க நாணல் வளர்ப்பது உண்டு. ஆனை நாணல் என்ற முரட்டு நாணலையும் மெனக்கெட்டு வளர்த்தார்கள். அண்மையில் ஒரு ஆற்றுக் கரைக்கு கிலோமீட்டர் கணக்கில் கம்பி கட்டி கான்க்ரீட் கரை அமைத்திருந்ததைப் பார்த்தேன். பொதுப்பணித் துறைக் கரைக் காவலர்களை அப்போது 'நாணல்காரர்கள்' என்றே அழைத்தோம். ஆனால், இது இன்றைக்கு வந்த சொல்லோ,

ஏற்பாடோ அல்ல. சோழர்கள் காலத்திலேயே நாணல்காரர் என்ற ஏற்பாடு இருந்தது என்று பின்னாளில் ஆச்சரியம் பற்றிக்கொள்ளத் தெரிந்துகொண்டேன். அநேகமாகச் சிறிது காலம் முன்புவரை தரித்திருந்த சோழர் கால ஏற்பாடுகளில் இதுவும் ஒன்று. மொழியால் பழமையைக் கழுவிக்கொள்ள முடியாது. அது பூசியதாக இல்லாமல் தோய்த்த சாயமாகக் கிழியக்கிழிய மொழியைப் பற்றிக்கொண்டிருக்கும்.

கோடையில், வீட்டுக்கு முன்னால் காற்றுக் கொட்டகையும், கோடைப் பந்தலும் பரவலாகத் தென்படும். நகரங்களில் கடைத்தெரு முழுதும் கோடைப் பந்தல் போட்டிருப்பார்கள். மன்னர் காலத்துச் சாலைகளில் ஆங்காங்கே மண்டபமும், அதற்கு எதிரே குளமும் அமைந்திருக்கும். சில ஊர்களில் இரட்டைக்குளம் என்று அருகருகே இரண்டு குளங்களிருக்கும். ஒன்று புழங்குவதற்கு, மற்றது குடிநீருக்கு. குடிநீர் குளத்தில் துணி துவைக்கவோ, எண்ணெய் குளிக்கவோ அனுமதிக்க மாட்டார்கள். மீன் பிடிக்கும்போது குளத்தைத் தடுத்துத் தண்ணீரை ஒரு பக்கத்திலிருந்து மறு பக்கத்துக்கு இறைத்துவிடுவார்கள். இப்படித் தண்ணீரைக் குளத்திலிருந்து வெளியேற்றாமலேயே மீனைப் பிடித்துக்கொள்வார்கள். குளத்தில் தண் ணீர் இஞ்சிப்போகும் நேரத்தில் காலம் ஒத்துவந்தால் அதிலேயே விதை விட்டு நாற்று வளர்த்துக்கொள்ளலாம். மனிதர்களுக்குக் குளங்களில் படித் துறை இருப்பது போலவே மாடு இறங்குவதற்கும் கரையைச் சரித்துத் துறை இருக்கும். காவிரி புகுந்து புறப்படாத இடமே இருக்காது. எங்கள் வீடு களுக்கு முன்னுள்ள சாலையில் ஏறினால் ஆறு. கொல்லைத் தலைமாட்டில் வடிகால். இரண்டிலும் அப்போது ஆறு மாதங்களுக்குக் குறையாமல் தண் ணீர் ஓடிக்கொண்டே இருக்கும்.

காவிரிக்கு வந்த கங்கை

இங்கே தண்ணீர் ஒரு பொருளாதாரக் காரணி மட்டுமல்ல. பாவத் தைக் கழித்துத் தரும் தீர்த்தமாகவும் அதைப் பாப்பார்கள். ஐப்பசி கடைசி யில் மயிலாடுதுறை காவிரியில் தீர்த்தவாரியும், கடைமுகம் என்ற முழுக் கும் நடைபெறும். பூம்புகாரில், காவிரியின் கழிமுகத்தில், ஈமக்கடன் செய் கிறார்கள். காசியைவிட வீசம் அதிகம் என்று காவிரியின் தீர்த்தத்துக்கு மேன்மை கூறுவார்கள். காவிரியைத் தேடிவந்து குளித்து, கங்கை தன் பாவங ்களைக் கழித்துக்கொள்வதாகக் கூறுவார்கள். காவிரிப் பகுதியில் எப்போ தும் இருக்கும் கங்கைகளும் உண்டு. தஞ்சையில் சிவகங்கை, கங்கை கொண்டசோழபுரத்தில் சோழகங்கம், ஸ்ரீவாஞ்சியத்தில் குப்தகங்கை என்று குளங்கள் உருவாகி மனத்தளவில் கங்கை இங்கே வந்திருக்கிறது. கங்கையிலிருந்து புலம்பெயர்ந்து காவிரிக் கரைக்கு வந்தவர்களின் பிரி வாற்றாமை என்று சொல்லத் தோன்றலாம்.

மனித இனமும், பண்பாடும் சுற்றுச்சூழலுக்கு வெளியில் இல்லை; அதன் அங்கங்கள். அடுத்த உலகத்துக்கு இச்சமுதாயம் நடத்தும் ஆன்ம பேரத்தில் தண்ணீர்தான் மையம். தண்ணீரின் இருப்புக்கும், இல்லாமைக்கும் தன்னைத் தகவமைத்துக்கொள்ளும் சமுதாயம் கதைகள் வழியாகவும், புராணங்கள் மூலமும் அதைத் தன் புரிதலுக்கு வசப்படுத்தவும் முயல்கிறது.

19.06.2014

* * * * *

11

காவிரிக் கரையும் கட்டைவண்டியும்

வண்டி ஓடம் ஏறும், ஓடமும் வண்டி ஏறும் என்பார்கள். இரண்டுமே இப்போது இல்லை. சில வீடுகளில் கட்டைவண்டி என்ற பாரவண்டி யோடு சேர்ந்தே காணப்பட்ட பொட்டுவண்டியும் இல்லை. காவிரிப் படுகையில் ஆறெல்லாம் காவிரிதான். ஆற்றின் கரையே சாலை. கரையில் நடக்கும் போக்குவரத்தை நாம் எங்கே நின்றுகொண்டிருந்தாலும் காண லாம். நீர் ஓடும் நிதானத்தை நின்று ரசிக்கலாம். சீராகவே நகரும் வண்டி. மாட்டின் பரபரப்பு அறியாத நடை. வானில் மாலையாகத் துவளும் மடையான் வரிசை. நழுவி இறங்கும் பொழுதின் அந்தி வண்ணம். எல் லாம் சலனமில்லாச் சலனத்தில் லயித்துக் கிடக்கும் மோனம். மோனத்தின் ஆழத்தைக் காட்டப் பிறந்ததுபோல் ஆரக்காலின் 'கடக்', 'கடக்' ஓசை. காவிரிக் கரையில் கட்டைவண்டிப் பயணம்!

மோகனச் சித்திரம்

கிராமம் என்ற சித்திரச் சேலையில் கட்டைவண்டியும் பொட்டுவண்டி யும் கெட்டிச் சாய இழைகள் அல்லவா! விழுது இறங்கிய ஆலமரத்தை வண்டி ஒன்று மாலையில் நெருங்கிவரும். வண்டியில் கட்டுக்கட்டாக நெற் கதிர். உச்சியில் ஒய்யாரமாக உழவர்குடிப் பெண். கை உயர்த்தி ஓட்டும் குடியானவர். வீடு திரும்பும் மாடுகளின் விரைந்த நடை. வண்டியின் குத்துக் கழியில் கவிழ்த்திருக்கும் கஞ்சிக் கலயம். பொங்கல் வாழ்த்து அட்டை களில் மாதவன், கொண்டயராஜு போன்ற சித்திரக்காரர்களின் கைவண் ணம் இது! கல்கியின் நாவலான 'கள்வனின் காதலி' கொள்ளிடக் கரை யில் கூண்டு வண்டி குடைசாய்ந்ததைப் பரபரப்பாக விவரிக்கும். தன்னந் தனியாக ஒரு பெண் பொட்டுவண்டியில் பயணிப்பார். வழிமறித்து நிற்கும் திருடன் எதையும் திருட மாட்டான். அவன் இதயத்தை அந்தப் பெண் தான் திருடிக்கொள்வார். இப்படி ஒரு திரைப்படம். கிராமத்தை மோக னச் சித்திரமாகத் தீட்டிக் காட்டுபவர்கள் கட்டைவண்டியையும் பொட்டு வண்டியையும் விட்டுவிட முடியாது.

கட்டைவண்டியின் கலாச்சாரத் தடயம்

சில ஆண்டுகளுக்கு முன் தஞ்சாவூர் தென்னகப் பண்பாட்டு மையத்தில் பொட்டுவண்டியை அருங்காட்சிப் பொருளாகப் பார்த்தேன். கட்டை வண்டியையும் அங்கே வைத்திருக்கலாம் என்று தோன்றியது. நடுத்தர வர்க் கத்திலும், மேல்தட்டிலும் புழக்கத்தில் இருந்தவற்றை மட்டுமே கலாச்சார அடையாளமாக அங்கீகரிக்கும் நமது கண்கள், அந்த மட்டத்துக்குக் கீழே யும் புழங்கிய கட்டைவண்டியைப் பார்க்கப் பழகவில்லை. தானே வடி வமைத்துப் புழங்கியவற்றுள் கட்டைவண்டியோடு சமுதாயத்துக்கு இருந்த நெருக்கம் வேறு சாதனங்களிலும் இருக்காது. கலாச்சாரத் தடயம் இதன் மேல் ஆழமாகவே பதிந்திருக்கும். முரட்டுக் காளைகளைச் சோடித்துப் பூட்டிய கட்டைவண்டியில் தஞ்சை அரச குடும்பத்தினர் பயணிப்பதாகச் சித்திரங்களைப் பார்த்திருக்கிறேன்.

கட்டைவண்டி முழு வளர்ச்சியடைந்த தொழில்நுட்பமாக இருந்திருக்க வேண்டும். பழைய கோயில் தேர்களில் மரமே அச்சாக இருக்கும். பெரும் மரத்தைப் பிளந்தவாறே இணைத்துப் பதுங்கலான சக்கரமாகச் செதுக்கி யிருக்கும் தேர்க்கால்கள். கட்டைவண்டிக்கு இரும்பு அச்சு. மையத்திலிருக் கும் குடத்தோடு கோத்த ஆரங்கள். ஆரங்களின் மறு நுனியை வட்டா வில் இணைத்துச் சக்கரமாக்குவார்கள். வட்டமான இந்த அமைப்பை இறுக்கி அரை அங்குலத்துக்கும் சற்றுக் குறைவான ஒரு இரும்புக்கட்டு. அச்சுக்கும் குடத்துக்கும் இடையிலிருக்கும் இரும்பால் ஆன உள்ளாளி குடத்தின் மரம் தேய்ந்துவிடாமல் காத்துக்கொள்ளும். இப்படிச் சிறுசிறு அங்கங்களாகச் செய்து நுணுக்கமாக இணைத்திருப்பார்கள். இதைச் செய் வதற்கு உள்ளூரிலேயே திறமையான ஆசாரி இருந்தார்.

சூழலின் வலைப் பின்னல்

எங்கள் மணி ஆசாரி ஆரக்கால் கோத்துவிட்டால் அந்த வட்டத்தின் செம்மையில் வடிவவியலில் கரைகண்ட கணித ஆசிரியர்கூடக் குறைகாண முடியாது. அச்சுத் திரட்ட, உள்ளாளி வைக்க, கட்டுப் போட என்று அங் கேயே கொல்லுப் பட்டறை. மாட்டுக் கழுத்துக்கு இலேசாக இருக்க வேண்டும் என்று நுகத்தடியை நுணா மரத்தில் செய்வார்கள். முதிரை மரத்தில் குடம். ஆலமரத்தில் இருசுக் கட்டை. சாலையின் மண் தடத்தில் இருந்து ஓடாமல், மிதந்து ஓடுவதற்காகத் தேக்கு மரத்தில் ஆரக்கால். இப்படிச் சூழலே உருவாக்கும் கட்டைவண்டியில் மற்ற சாதனங்களில் நம்மை நெருடும் அந்நியம் தென்படாது. வண்டியில் பூட்டும் மாடுகளும் தலைமுறைதலைமுறையாக அந்தந்த வீடுகளிலேயேகூடப் பிறந்திருக்கும். எரு, நாற்று, நெல், வைக்கோல், மண், மணல், என்று பாரம் சுமந்து

கிராமத்தின் சூழலில் தன்னைப் பின்னிவைத்திருந்தது இந்தக் கட்டை வண்டி. இந்த வலைப் பின்னல் குலைந்துபோனதே! ஒரு சாதனம் சமுதாயத்தின் பல அங்கங்களில் உறவு கொண்டு இருப்புக் கொள்வதே தனியாகப் பேசத் தகுந்த ஒன்று. மரமானாலும், இரும்பானாலும், அதைப் பக்குவப்படுத்தும் கைத்திறனானாலும் எல்லாமே எளிதாக அங்கங்கேயே கிடைத்தது. கட்டைவண்டி அவற்றைப் பற்றிக்கொண்டு விவசாயத்தில் தன்னை ஒரு பெரும் இருப்பாக்கிக்கொண்டது.

வண்டி கோக்க வேண்டுமென்றால் கொல்லையில் இருக்கும் மரத்தை அடையாளம் வைத்து ஆசாரியையும் தயார் செய்துவிடுவார்கள். ஒரு நேரத்தில் மேலக்கோடியின் திருச்சிப் பட்டறைகளிலிருந்து கீழக்கோடி ஊர்களுக்கு கோட்டக்கால் வண்டி கோத்து வந்தது. மூக்கணையில் இணைந்த கொய்யாக் கட்டையைப் பிடித்து வண்டியை நெஞ்சுக்கு நேராகக் கிடைமட்டத்தில் நிறுத்தினால் முன்னோ, பின்னோ சாயாமல், தராசு முனையாக அப்படியே நிற்கும். ஒற்றை விரலைக் கொண்டு வண்டியை இழுத்து விடலாம். ஒரே ஆளாக நூறு மைல் கையில் பிடித்தவாறே வண்டியைத் தன் போக்கில் ஓட விட்டு ஊருக்குக் கொண்டுவந்து சேர்ப்பார்கள்.

மாடுகளோடு வந்த உறவு

வீட்டுப் பசு ஈனும் காளைக் கன்றுக்கு ஒரு சலுகை உண்டு. பால் கறக்கும்போது தாய்ப் பசுவின் மடியில் ஒரு காம்பைக் கறந்து மூன்று காம்புகளைக் கறக்காமல் கன்றுக்காக விட்டுவிடுவார்கள். கிடாரிக் கன்றுக்கு இரண்டு காம்புகளைத்தான் கறக்காமல் விடுவார்கள். நமது சமூகத்தின் இந்தப் பாலினப் பாகுபாடு பெண் குழந்தைகளுக்குத் தரும் உணவிலும் தெரியும். ‘‘உழைக்கப்போகிறவன் உடம்பு’’ என்று சொல்லிக்கொண்டே தின்பண்டங்கள்வரை ஆண் பிள்ளைகளுக்குக் கொஞ்சம் கூடுதலாகவே தருவார்கள். வளர்ந்த காளைக் கன்றுக்குச் சோடி சேர்த்து வண்டிக்குத் தயாரிப்பார்கள். விளையாட்டு ஆர்வத்தோடு புது மாடுகளைப் பழக்குவார்கள். பற்களை எண்ணி, தேய்மானத்தைப் பார்த்துக் காளை மாடுகளின் வயதைக் காணலாம். இரண்டு, நான்கு, ஆறு, கடைப் பல் ஒத்தது என்றும், முக்கால் பல், அரைப் பல் என்றும் வயது உண்டு. நாலு பல் கண்டுவிட்டால் பொட்டுவண்டியில் கட்டிப் பொதி மணலில் விரட்டிப் பழக்குவோம். வெறும் நுகத்தடியில் மாடுகளைப் பூட்டி, இரண்டு முனைகளிலும் பாரம் அழுந்துவதற்காகத் தோண்டிக்கால் கல்லைக் கட்டி, களைத்து ஓயும்வரை மணலில் விரட்டுவோம். புது மாடுகளை வண்டியில் கட்டிக் கடைத்தெருவுக்கோ, நெடுஞ்சாலைக்கோ ஓட்டினால் வெறித்துத் துள்ளும், அல்லது பயத்தில் உறைந்து நின்றுவிடும். நுகத்தடியைக் கழுத்தில் வைத்தாலே சில மாடுகள் சண்டித்தனம் செய்து படுத்துக்கொள்ளும்.

இவற்றைப் பழக்கியே விவசாயிகளும் எத்தனையோ திறமைகளைப் பழகி யிருந்தார்கள்.

ஒன்றுக்கு ஒன்று விட்டோட்டமாக இருக்கும் மாடுகளைச் சோடி பிரித்துச் சேர்ப்பார்கள். ஒரே பக்கத்தில் கட்டிப் பழக்கிய மாடுகளை இட வலம் மாற்றிப் பூட்டினால் அடியெடுத்து வைக்காது. சூட்டிப்பான மாடு கள் விரைவாகவே சோடுபிடித்து நடக்கப் பழகிவிடும். இந்த விஷயத்தில் கீழத் தஞ்சை உம்பளச்சேரி மாடுகளுக்கு எதையும் ஈடுசொல்ல முடியாது.

காளைகளால் களைகட்டும் கல்யாண வீடு

சுள்ளாப்பானது என்று உம்பளச்சேரி மாடுகளையே வண்டிக்கு வாங்கு வார்கள். மயிலை நிறத்தில், நெற்றிப் பொட்டு, வெடுவால், குளம்பு வெள்ளையோடு இவை வெள்ளிச் செப்பாக வரும். வில் வண்டிக்காகவே மயிலாடுதுறைப் பகுதியில் மைசூர் மாடுகளை வைத்திருப்பார்கள். கயிறு போன்ற உடம்பும், கொம்புக் குப்பியும், கழுத்துச் சலங்கையுமாக இவை தெரு அடைத்து ஊர் நிரக்க நடக்கும். வில்வண்டிக்கு விரசாகப் போகும் மாடுகளைத் தெரிந்தவர்களிடம் அவ்வப்போது இரவல் வாங்கிக்கொள்வ தும் உண்டு. இப்போது நான்கு சக்கர வாகனங்கள் இருப்பது போலவே அன்றைக்கு வண்டியும் மாடும் அந்தஸ்துக்கு அடையாளமாக இருந்தன. இரவலாக அரைப் பொழுது மாடு கொடுக்கப் பங்காளி மறுத்தது பொறுக்காமல் என் பாட்டி அடுத்த நாளே சகத்துக்காக ஒரு ஜோடி பூரணி மாடு வாங்கி வந்து கொட்டிலில் கட்டினாராம்.

திருமண விருந்தாளிகளுக்கு வண்டிகட்ட வேண்டும். இந்த வண்டிகள் ஆற்றங்கரைச் சாலையில் பத்திபிடித்து விரையும். அப்போது அக்கம்பக் கத்திலிருந்து ஐந்தாறு வண்டிகளை மாட்டோடு இரவல் வாங்கிக்கொள் வார்கள். போதாது என்றால் கட்டைவண்டிகளில் கூண்டு கட்டித் தயாரிப் பார்கள். நான் முந்தி, நீ முந்தி என்று விருந்தாளிகளைச் சுமந்து இரைக்க இரைக்க வீடு திரும்பும் மாடுகளைத் தட்டிக்கொடுத்து அவிழ்த்துவிடுவார் கள். நம்மோடு உழைக்கும் சக உழைப்பாளிகள் அல்லவா! வைக்கோலைச் சுருணையாகப் பிடித்து முள்ளந்தண்டு நெளியநெளிய அத்தனை சோடி களையும் தேய்த்துவிட்டு, தீனி வைத்து, தண்ணீர்காட்டிக் கொட்டிலில் கட்ட வேண்டும். கல்யாண வீடு பிறகு எப்படிக் களைகட்டியிருக்கும்? இப்படி வரும் வண்டிகளும் மாடுகளும் மூன்று நாட்களுக்குக் குறையாமல் திருமண வீட்டு விருந்தாளிகளாகத் தங்கிவிடும். கட்டைவண்டியில் மூங்கில் பிளாச்சு வளைத்துவைத்துக் கீற்று தைத்துக் கூரையாகச் செய்வதற்கு எங்கள் பகுதியில் கன்னியா குறிச்சி கூண்டு என்று பெயர். அந்த ஊர் மாரியம்மன் கோயிலுக்கு இப்படிக் கட்டித் தயார்செய்த வண்டிகளில் யாத்திரை செல்வதால் இந்தப் பெயர்.

காலம் விழுங்கிய கட்டைவண்டி

செங்கல் ஏற்றிய கல் வண்டியும், நெல் வண்டியும் இப்படியே பத்தி பிடித்துச் செல்லும். கூண்டுக்குள் ஏற்றிய வாழைத் தார்களோடு ஆடு துறையிலிருந்து பத்திபத்தியாக எங்கள் ஊருக்கு வண்டிகள் வரும். இரண்டு காளைகளுக்கும் இடையில் இருட்டைக் கலைக்க மருகிச் சிணுங்கிக் கொண்டு மூக்கணையிலிருந்து ஒரு லாந்தர் தொங்கும். விட்டுவிட்டுக் குலுங்கும் சலங்கை கோத்த கடையாணி. இந்த வண்டிகள் நிதானமாகச் செல்வதைச் சாலையில் நின்று பார்த்துக்கொண்டே இருக்கலாம். இந்தப் பத்தியையும் வெளி ஒன்றே தனக்குள் வாங்கி, கண்பார்த்திருக்கக் கரைத்துப், புள்ளியாக்கி மறைத்துக்கொண்டது. வெளியும் காலமும் ஒன்றுதானே!

ஆடுதுறையிலிருந்து வாரத்துக்கு ஒரு முறையாவது இந்த வண்டித் தொடர் எங்கள் ஊருக்கு வரும். மசண்டையாக இருக்கும்போது வண்டி களை நிறுத்தி மாடுகளை அவிழ்த்துத் தீனி வைப்பார்கள். வழிப்போக்கு வண்டிமாடுகளின் தீனிக்காகவே எங்கள் ஊரில் தட்சணாமூர்த்தி வெற் றிலைப்பாக்குக் கடை இருந்தது. அவர் தவிடும், பருத்திக்கொட்டையும், கடலைப் பிண்ணாக்கும் வைத்திருப்பார். சணல் சாக்கு ஒன்றை மடித்துப் போட்டு அதில் வறட்டுத் தீனியாகவே இவற்றைக் கலந்து மாடுகளுக்கு வைப்பார்கள். மாடுகளுக்குத் தண்ணீரும் வாளிவாளியாகக் கடையிலேயே கொடுப்பார். இந்தத் தீனி நினைப்பிலேயே மாடுகள் வேகவேகமாக ஊருக்கு வந்துவிடும். நகரத்துக்கு வந்து கிராமத்துக்குத் திரும்பும் மாடு களை அதட்டி விரட்ட வேண்டாம். தானாகவே தீனி நினைப்பில் வீடு களுக்கு விரைந்து ஓடும். மாடுகளுக்குத் தீனி வைத்துக் கட்டாமல் விவ சாயிகளுக்குச் சாப்பிட மனம்வராது. மாடும் வண்டியும் மனிதனும் எப்படி உறவுகொண்டாடினார்கள்! இந்த உறவு அவர்களோடு மட்டுமா நின்றது? கிராமத்துச் சூழல் வலைப் பின்னலில் கட்டைவண்டி ஓர் இணைப்பு. வண்டி இருந்தால் மாடு வேண்டும். வண்டிக்குக் கொட்டகையும் மாட் டுக்குக் கொட்டிலும் வேண்டும். கவணைக்கு வைக்கோல் வேண்டும். மேய் வதற்கு மேய்ச்சலும் குளியாட்டக் குட்டையாவது வேண்டும். ஆற்றிலும், குளத்திலும் மாட்டுக்கு இறங்குதுறை வேண்டும்—இப்படி விரிந்து கொண்டேபோகும் வலை அது.

மண் சாலையின் உளையில் சிக்கிக்கொள்ளும் ஆரக்காலை மேலும் புதையாமல் எடுத்து மீண்டும் ஓட விட்டால் அது சாகசம். அறுத்தோடியில் இறங்கி ஏறும் ஆரக்கால் அடுத்துவரும் ஆச்சலில் சறுக்கி நொறுங்கிவிட் டால் அதிலிருந்து மீள்வதும் சாகசம். காவிரிக் கரையின் கட்டைவண்டிப் பயணக் கிளர்ச்சியெல்லாம் இனி கதாபாத்திரங்களுக்காவது கிட்டுமா? கண்பார்க்கக் கிடைக்காவிட்டாலும் கற்பனையாவது அந்தக் கிளர்ச்சியைப்

பகிர்ந்துகொள்ள நமக்குத் துணை வருமா? விவசாயக் குடும்பங்களில் வீடு தவறாமல் இருந்தது கட்டைவண்டி. அவ்வளவு பரவியிருந்த அனுபவத்தை எழுத்தில் எழுதிவைத்தாலும் இப்போது பகிர்ந்துகொள்ள முடியாத அளவுக்குக் காலம் நம்மை அந்நியர்களாக்கிவிட்டது. முப்பது ஆண்டுக்கு முன்புவரை இருந்த கட்டைவண்டி கழிந்த காலத்தின் அடையாளச் சின்னமானது. தானாகவே ஓடும் காலத்தை நாமும் விரட்டித் துரத்தி விட்டோம்.

19.06.2015

* * * * *

12

உப்புக் கழுதைகள் எப்போது தொலைந்தன?

அப்போது கழுதைகள்தான் உப்பைச் சுமந்துகொண்டு தெருத்தெருவாக வரும். உப்பு வாங்க கடைக்குப் போக வேண்டாம். உப்புக் கழுதைகளை இப்போது காண முடிவதில்லை. கன்னாரத் தெருக்களையே காண முடியாது. கொல்லுப் பட்டறை தேடிப் போனாலும் தென்படாது. வண்டியில்லை. எனவே மாடும் இல்லை. நெல் குத்துவதில்லை. எனவே உரல் இல்லை, உலக்கையும் இல்லை. வளர்ச்சியின் வேகம் இவற்றை அடித்துச் செல்வது வழக்கம்தானே! ஆனால், உப்புக் கழுதைகளின் கதையே வேறு!

உப்புத் தொழிலும் நசிந்துபோய் இப்போதோ, அப்போதோ என்றுதான் இருந்தது. கருணைக்கொலையாக 2006இல் ஒரு சட்டம் செய்தார்கள். பிறகு 2011இல் சில விதிகளை வகுத்தார்கள். விளைந்துவரும் உப்பை அப்படியே மனிதர்கள் உண்பதற்கு விற்கக் கூடாது என்று தடை. கடைத் தெருவில் இருந்த உப்பை ஒரு மாவட்ட அதிகாரி பறிமுதல் செய்ததாகச் சில ஆண்டுகளுக்கு முன் செய்தி வந்தது. உற்பத்திசெய்யக் கூடாது, விற்கக் கூடாது, விற்பனைக்கு வைத்திருக்கக் கூடாது, வாகனங்களில் ஏற்றிச் செல்லக் கூடாது என்று ஆங்கிலேயர்கள் ஆட்சியில் உப்புக்குத் தடை இருந்தது நினைவுக்கு வந்தது. எளியவர்களையும் விடுதலை இயக்கத்துக்கு ஈர்த்த முதல் போராட்டம் இந்தத் தடையை உடைப்பதற்கான உப்புச் சத்தியாக்கிரகம்தான். சாதாரண உப்பு நாட்டின் சுயமரியாதைப் பிரச்சினையானது. பிரச்சார உத்தியாக அந்தப் போரை மீண்டும் நிகழ்த்திக்காட்டுபவர்கள்தான் தற்போதைய தடைச் சட்டத்தையும் உருவாக்கினார்கள். சட்டத்துக்கான காரணம் வேறாக இருப்பதால் நீங்கள் இதற்கு ஒரு முரண்பாடு கற்பிக்க முடியாது.

வெளிப்படையான வெள்ளையர்கள்

அப்போது உப்புக்கு வரி உண்டு. பெரும் பகுதி உப்பளத்துக்கு அரசுக்கு வாரமோ, ரொக்கக் குத்தகையோ தர வேண்டும். உப்பில் ஒரு கருப்புச் சந்தை உருவாகும் நிலை. அதைச் சமாளிக்கத்தான் அன்றைய ஆங்கில அரசின் உப்புச் சட்டம். மக்களின் உடல்நலனில் அரசுக்குப் பிறந்திருக்கும்

அக்கறையே தற்போதைய சட்டத்துக்குக் காரணம். விளைந்த உப்பை விளைந்தவாறே உண்பதால் நமக்கு அயோடின் சோகை வரும் என்பது அறிவியல். இப்போது உப்புக் கழுதைகளை உப்போடு சேர்த்துப் பறி முதல் செய்யலாம். அது அறிவியல் அடிப்படையில், நுகர்வோரின் நல னுக்குச் செய்வதாக இருக்கும். அறிவியலை நாம் மறுக்க முடியுமா? அதன் அடிப்படையில் சட்டம் செய்ய அரசுக்கு இருக்கும் கடமையைத்தான் மறுக்க முடியுமா? இரண்டுமே இயலாது என்பதுதான் தடைச் சட்டத் தின் அடிப்படையான அனுமானம். முதலாளிய நியாயமான வணிகப் போட்டியால் கழுதைகள் தொலையவில்லை. இப்படி, உப்புக் கழுதைகள் தொலைந்துபோனதன் கதையே வேறுதானே! வெள்ளையர்கள் நம்மை விட வெளிப்படையானவர்கள் என்பது கதையின் நீதியாக இருக்குமோ?

''உப்பு, உப்பு. உப்பு வாங்கலியோ உப்பு'' என்று கூவிக்கொண்டு முன்னும் பின்னுமாக இரண்டு கழுதைகளை உப்புச் செட்டியார் ஓட்டிக் கொண்டு வருவார். முன்னால் வரும் கழுதை உப்பைச் சுமந்துவரும். பின் னால் வருவது பண்டமாற்றாக வாங்கும் நெல்லைச் சுமந்துவரும். மரக்கால் நெல்லுக்கு இவ்வளவு உப்பு என்று அளந்து கொட்டுவார். அடை மாங் காய், மோர் மிளகாய் என்று கோடையில் உப்புக்குச் செலவு இருக்கும். வாங் கிய உப்பு முதலில் உப்புப் பானைக்கோ, சாடிக்கோ போகும். அதிலிருந்து கசாலையின் உப்பு மரவைக்கு. உப்பு மரவை, பக்கவாட்டில் சுற்றும் மூடி யோடு வட்டமாக மரத்தில் செதுக்கப்பட்டிருக்கும். அதுவும் இப்போது தொலைந்துவிட்டது.

தனியாகத் தொலையவில்லை

தொலைந்துபோனவற்றில் ஆப்பைக்கூடும் சேர்ந்ததுதான். தொங்க விட்டிருக்கும் சாண் அகலப் பலகையில், பின்னிவைத்த பத்திகளாக இரண்டு வரிசை ஓட்டைகளிருக்கும். அவற்றில் கரண்டிகளைச் செருகி வைக்கலாம். பத்திகளை முடிந்து பதக்கம் கோத்தது போல் மோர் கடை யும் மத்துக்காகக் கடைசியில் ஒரு ஓட்டை இருக்கும். வடிவம் மாறி, அறைகளின் எண்ணிக்கை கூடி, அஞ்சறைப் பெட்டி மட்டும் தரித்தது. அம்மியும், குழவியும், ஆட்டுக்கல்லும் தொலைந்துவிட்டன. அடுத்த வீட் டிலிருந்து இரவலாக இடுப்பில் எடுத்துவரும் திரிகையைக் காணவில்லை. வீட்டில் ஊறவைத்த அரிசியும், உளுந்தும் இப்போது எதிர் வீட்டுக் குடைக்கல்லில் அரைத்து, வழித்து மாவாக வருவதில்லை. வெளிச்சத்துக் காகத் திண்ணைச் சுவரில் மாட்டிவைக்கும் சுவரொட்டி விளக்கும் தொலைந்துவிட்டது. பொழுது குந்தும் நேரத்தில் தேடும் விளக்குத்தண்டு களைக் காணவில்லை. ஆனைக் குவளை, அரைக் குவளை, அண்டா, வெண் ணெய்க் குண்டான் எல்லாம் கூட்டுக் குடும்பத்தோடு சேர்ந்து

தொலைந்துவிட்டன. வீட்டில் திருமணம் வந்தால், புழங்கும் பித்தளைப் பாத்திரங்களோடு, பரணில் தூங்கும் பெரிய உருப்படிகளையும் எடுத்துப் போட்டு ஈயம் பூச வேண்டியதில்லை. பாரவண்டியும், சவாரி வண்டியும் தான் காலம் என்ற மணலில் புதைந்துவிட்டனவே! வண்டிக்காலுக்குக் கட்டு வெட்டிப்போடவும், அச்சுக்குக் கடை திரட்டவும், குடத்துக்கு உள்ளாளி வைக்கவும் கொல்லுப் பட்டறை எதற்கு?

அடையாளங்காட்டி உப்புக் கழுதை

கூடைக்கும், முறத்துக்கும் பனை அகணியால் தலை கட்டப்போவ தில்லை. கீழத் தஞ்சையின் ஈடில்லாப் பெருமையான உம்பளச்சேரி மாடு மறைந்து சீமைப் பசு வந்துவிட்டது. ‘‘உம்பளச்சேரி மாட்டுப் பாலைக் குடித்தவளாக்கும்!’’ என்று தி. ஜானகிராமனின் கதாபாத்திரம் போல் யாரும் இனிமேல் பீத்திக்கொள்ள வழியே இல்லை. சூட்டிப்பான இந்த மாடுகள் தொலைந்துவிட்டதால், கொம்பு தீய்ப்பது, காது அறுப்பது, சூடு போடுவது எல்லாம் மனிதன் மறந்துபோன வேலைகளாயின. கிழக்கே உள்ள அத்தனை கிராமங்களின் மாடுகளுக்கும் ஒண்டியாகவே லாடம் தைத்துக்கொண்டிருந்த எங்கள் ஊர் ராவுத்தர்போல் ஒருவரை இனிமேல் பார்க்க முடியாது. தொலைந்துபோன அந்தக் காலத்தின் சரியான அடை யாளங்காட்டி உப்புக் கழுதைகளே. அவற்றுக்குச் சற்று முன்போ, பின்போ மற்றவையும் தொலைந்துவிட்டன.

‘‘அம்மி பொளியலியா, அம்மி’’ என்று கூவிக்கொண்டு கல் உளியும் சுத்தியலுமாக இனிமேல் ஒருபோதும் வர மாட்டார்கள். ‘‘ஈயம் பூசலியா, ஈயம்’’ என்று எந்தத் தம்பதியும் இனி வராது. ‘‘கூடைக்குத் தலை கட்ட லியா’’ என்று அகணியும் வாங்கரிவாளுமாகத் தெருக்களில் ஒரு பெண்ணும் வர மாட்டார். ‘‘மாட்டுக்குக் கொம்பு சீவலியா, கொம்பு’’ என்று ஈச்ச ஓலையில் அறை அறையாகத் தடுத்துச் செய்த பையோடு கூவிக்கொண்டு ஒருவர் வர மாட்டார். உங்கள் வீட்டு மாட்டுக் கொம்பில் உங்களுக் காகவே ஒரு சீப்பு அறுத்து வாங்க முடியாது. வண்டிமாடுகளே அற்றுப் போன பிறகு யார்தான் ‘‘தலைக் கயிறு வாங்கலியா, தலைக் கயிறு’’ என்று கூவிக்கொண்டு வருவார்கள்? தொழில் வளர்ச்சியில், பொருளாதார மாற் றத்தில், இவையெல்லாம் மாறத்தான் வேண்டும். சாதிக்கும், தொழிலுக்கும் சமுதாயம் போட்டுவைத்திருந்த முடிச்சு தளர்ந்து அவிழ்ந்தது. மாற்றுத் தொழிலுக்கான சுதந்திரம் கிடைத்தது. கைத்தொழில்களும் சட்டம் உந்தாமலேயே செத்துவிட்டன. அப்படி ஒரு முன்னேற்றம் தன்னால் வரும் என்பதை உப்புக் கழுதைகள் விஷயத்தில் சுதந்திர இந்தியா நம்பவில்லை.

சட்டத்தை உடைக்கும் விளையாட்டு

உப்பைக் காரணமாக வைத்து அரசாங்கமும் மக்களும் ஒருவரை ஒருவர் சாமர்த்தியம் செய்வதாக ஒரு விளையாட்டு இருந்தது. உப்புக்கோடு என்று பெயர். ஆற்று மணலில் விளையாடுவோம். நீண்ட செவ்வகத்தின் நடுவில் நெட்டுவாக்காகக் கோடு கிழித்து, பிறகு குறுக்குக் கோடுகளைக் கிழித்து எதிரும்புதிருமான தட்டுகளாகத் தடுத்துக்கொள்வோம். ஒவ் வொரு குறுக்குக் கோட்டிலும் ஒருவர் கைகளை விரித்து நின்றுகொள் வார். யாரும் கடந்துபோகாமல் தட்டை அவர் கட்ட வேண்டும். அவர் தொட்டுவிட்டால் நுழைந்தவர் ஆட்டம் இழப்பார். நுழையும் குழு வினர் காலை நீட்டிக் கோட்டில் வைத்துக்கொண்டு ''தண்ணி, தண்ணி, தண்ணி'' என்று கத்துவார்கள். தட்டைக் கட்டுபவர் தண்ணீர் தருவதற் குப் போக வேண்டும். அப்போது மறுபக்கத்தில் உள்ளே நுழைந்துவிடு வார்கள். இப்படியே, வலமும்இடமுமாக இழுத்து, ஏமாற்றி, எல்லாத் தட்டுகளையும் கடந்து செவ்வகத்தின் மறுமுனையில் வெளியேறிவிடு வார்கள். அப்போது, ''உப்பு போய்ச் சேர்ந்துவிட்டது'' என்று வெற்றியைக் கொண்டாடுவார்கள். சுங்கச் சாவடியில் சிக்காமல் உப்பு வந்துசேர்ந்து விட்டது என்பதன் குறியீடு. சட்டமறுப்பு எடுத்துக்கொண்ட விளையாட்டு வடிவம்.

தை மாத அறுவடையில் வீட்டுக்கு வரும் நெல்லின் முதல் செலவாக உப்பு வாங்குவது வழக்கம். உப்பு விளைவதுபோல் நெல் விளைய வேண் டும்! மாதச் சம்பளம் வாங்குவோரும் முதல் செலவாக உப்பு வாங்குவார் கள் என்று ஒரு வாசகர் எனக்கு மின்னஞ்சல் அனுப்பியிருந்தார். சித்திரை வருடப்பிறப்புக்கு வாங்கும் சாமான்களின் ரோக்காவில் உப்புக்கு முத லிடம். இப்போது நெல்லுக்கு உப்பு வாங்க முடியாது. கால மாற்றத்தில், கலாச்சார வழக்கம் நின்றுபோகாமல் வேறு வடிவங்களில் தொடரும். ஆனால், புது நெல்லின் முதல் செலவாக உப்பு வாங்கும் வழக்கம் இப் போது எடுத்துக்கொண்ட மாற்று வடிவம் எதுவும் தென்படவில்லை.

உப்புக் கழுதைகளை நம்ப முடியாது

உப்பளத்திலிருந்து அப்படியே வரும் உப்புக்கு அப்பாவிச் சமுதாயம் ''கல் உப்பு'' என்று ஒரு புதுப் பெயரைக் கொடுத்தது. இரண்டு இருந்தால், சராசரிச் சிந்தனை ஒன்றை மற்றதன் மேலாகவோ, கீழாகவோ வைத்து விடும். கல் உப்பு அப்படி மேசை உப்புக்குக் கீழே தரம் குறைந்து இறங்கி விட்டது. சட்டத்தில் அது ''சாதாரண உப்பு''. வைத்திருக்கக் கூடாதது, விற்கக் கூடாதது. அது சாதாரண மக்களுக்கு மிகவும் நெருக்கமாக இருந் ததால் மகாத்மா காந்தி அதை விடுதலைப் போரின் ஆயுதமாக வைத்துக் கொண்டார். கூசாமல் அந்தப் பெயரைச் சொல்லியே அதைத் தடை செய்

கிறது சுதந்திர இந்தியாவின் சட்டம். மாற்றம் தவிர்க்க இயலாத இயற்கை என்ற பொருளாதார நியதியை சுதந்திர இந்தியா நம்பவில்லை. உப்புக் கழுதைகளும், அந்த உப்பும் மற்றவை மறைந்த வழியில் தன்னாலேயே மறைந்துவிடும் என்று நம்பவில்லை. இந்த உப்புக் கழுதைகளை நம்பவே முடியாது என்று தீர்மானித்தது. எனவே, அறிவியலையும், சட்டத்தையும், தத்துவ அனுமானங்களையும் துணைக்கு அழைத்துக்கொண்டு உப்புக் கழுதைகளை ஒரு வழியாகச் சமாளித்து மீண்டுவிட்டது!

26.05.2015

* * * * *

13

மண்ணைப் பொன்னாக்கிய பண்ணையாட்கள்

அப்போதெல்லாம் ஆற்றில் தண்ணீர் வந்துவிட்டால் கீழத் தஞ்சை அறிவது இரண்டே சாதிகள்தான். சடங்காகக் காலையில் குளிக்கும் ஆண்டைகள். சேற்றிலிருந்து கரையேறி, உடம்பில் படிந்திருக்கும் சேடையைக் கழுவிக்கொள்ள அந்தியில் குளிக்கும் பண்ணையாட்கள். வரப்பிலேயே நிற்பவர்களும், வயலில் இறங்குபவர்களும் என்றுகூடச் சொல்லலாம். அப்போதிருந்த சமுதாயம் தன்னை இப்படி இரு முனைகளாகக் கட்டமைத்திருந்தது. வேலையின் மும்முரம் என்ற ஒரே கோடுதான் சமுதாயத்தை இரண்டாகக் காட்டும். தண்ணீர் காலத்து வயல் வேலையில் இடுப்பு வேட்டி ஆட்களுக்கு எப்போதும் முண்டாசாக இருக்கும். அரையை மறைப்பது கோவணம் மட்டுமே. ஈரத் துணியைக் காயவைக்கும் வேலை இல்லை. ஆட்கள் வீட்டுப் பெண்களுக்கு நடவாட்கள் என்று பெயர் இருந்தது. விளக்கு வைக்கும் நேரத்தில் அவர்கள் வயலிலிருந்து கரையேறுவார்கள். வரும் வழியில் அடுப்பு விறாவுக்குச் சுள்ளி பொறுக்கிக் கொண்டு, தண்ணீரில் விழுந்து எழுந்த ஈரத்தோடு வீடு திரும்புவார்கள். உடம்புச் சூட்டிலும், உலைவைத்து எரிக்கும் நெருப்புச் சூட்டிலும் ஈரப் புடவை காய்ந்துவிடும். எத்தனையோ வேலைகளைச் செய்தாலும் நடவு அவர்களின் அடையாளமாகி, நடவாட்கள் ஆனார்கள்.

சொற்களின் போக்கும் வரத்தும்

பொன்னியின் புனலோடு வரும் வண்டலைப் பொன்னாகவே மாற்றிக் காட்டிய இவர்கள், நில உடைமையாளரை 'ஆண்டை' என்பார்கள். பண்ணையில் நிரந்தரமாக வேலை செய்தவர்கள் 'பண்ணையாட்கள்'. கிடைத்த இடத்தில் வேலைசெய்து அத்தைக்கத்தையே சஞ்சாயக் கூலி பெற்றவர்களும் விவசாயத் தொழிலாளர்களில் பெரும் பகுதி.

ஆண்டையை மற்றவர்கள் மிராசுதார் என்பார்கள். அவருக்குச் சில கிராமங்களே சொந்தமாக இருக்கலாம். அவர் குடும்பம் இருக்கும் கிராமம் உள்கிராமம். கிராமத்தில் இருக்கும் மற்ற எல்லாருமே குடிபடைகள். பிற்காலத்தில் தங்கள் வசமிருந்த நிலத்துக்குப் பட்டா பதிவுசெய்து மிராசுதாரர்கள் பட்டாதாரர்கள் ஆனார்கள். இந்தக் காலகட்டத்தில் கிராமங்களில் நடந்த நில உடைமைப் பதிவுகள் எல்லாமே முறையாக நடந்தன

என்று சொல்ல இயலாது. புவி அமைப்பில், மண்ணின் தரத்தில், பயிர் வகையில், கீழத் தஞ்சையின் காவிரிப் பகுதியும், வெண்ணாற்றுப் பகுதியும் வெவ்வேறானவை. நில உடைமையின் பெருக்கமும் சுருக்கமும் இதை ஒட்டியே. வெண்ணாற்றுப் பகுதியில் மன்னார்குடிக்குக் கிழக்கே ஒரு மிராசுதாரருக்கு உள்கிராமம் மட்டும் மூவயிரம் ஏக்கர் என்பார்கள். ஒரு லட்சம் ஏக்கருக்கு மேல் பாசனமுள்ள கோரையாறு எட்டே குடும்பத்துக்குச் சொந்தமாக இருந்ததாகச் சொல்வதுண்டு. மூன்று ஏக்கரானாலும், மூவாயிரம் ஏக்கரானாலும் அவர் மிராசுதாரர்தான். மன்னனாகவே இருந்தாலும் தஞ்சையை ஆண்ட மராட்டிய வம்சத்தவர்களை ராஜா மிராசுதார் என்று சொல்வதுண்டு. தஞ்சை நகரில் இருக்கும் அரசு மருத்துவமனைக்கு இராஜா மிராசுதார் மருத்துவமனை என்று பெயர்.

அந்தக் கால மொழியில் சொல்வதானால் கீழத் தஞ்சையின் வெண்ணாற்று பகுதியில் முக்காலே மூணு வீசம் (பதினாறில் பதினைந்து பகுதி) ஆட்கள் தாழ்த்தப்பட்ட சாதியினர். இந்த நிலைமையோடு பண்ணையாட்களாக இருந்ததும் சேர்ந்துகொண்டு அவர்களின் இன்னல் நமது அன்றைய சமுதாயத்தில் எட்டக் கூடாத உச்சத்தை எட்டியது. ‘ஆள்’, ‘ஆண்டை’ என்ற சொற்கள் ஏற்றத்தாழ்வு சமுதாயத்தைக் கட்டமைத்தவை. இவற்றின் இடத்தை ‘விவசாயத் தொழிலாளி’, ‘விவசாயி’ என்பவை அந்தச் சமுதாயம் கட்டுடைந்தபோது வென்று கைப்பற்றின. விளைவாக, ‘ஆள்-ஆண்டை’ என்பது மறைந்து, ‘வேலை-சம்பளம்’ என்ற இதர சிக்கல்களற்ற புதிய சமன்பாடு வந்தது. வரலாற்றின் போக்கே சொற்களின் போக்கும் வரத்தும்தானே! நம் பார்வைக்குள் வருபவையும் அவற்றின் இருப்பும் மொழிவழியே கட்டமைந்தவை.

ஆனி, ஆடி மாதங்களில் ஆட்களுக்கு நின்று பேச நேரமிருக்காது. புது மாடுகளை வாங்கிக் கயிறு மாற்றி, ஜோடி ஜோடியாக ஓட்டிவருவார்கள். மண்வெட்டிக்குப் புதுக் கழி வாங்கிப் பூண் போடுவார்கள். புது மண்வெட்டிக்குக் கொல்லுப் பட்டறையில் வாய் துவைக்க வேண்டும். பழைய மண்வெட்டிக்கு வாய் தட்ட வேண்டும். ஏர்க்காலுக்குக் கழி மாற்ற வேண்டும். வயலுக்கு வெங்கார் பாய்ச்சி, உழுது, சேறாக்க வேண்டும். கையில் லாந்தரோடு, கண்விழித்து, தண்ணீர் கொண்டுவர வேண்டும். சேறான வயலைக் காயவிடக் கூடாது. விதை முளைக்காமல் பழுதாகக் கூடாது. விதைத்த விதைக்கு மழைபெய்து பகையாகக் கூடாது. கணு ஏறுவதற்குள் நட்டு, மழை வருவதற்குள் நாற்றைப் பயிராக்க வேண்டும். நிலம் நடாமல் கிடந்தால், நிலமடந்தையைத் துணியில்லாமல் போட்டுவிட்டதைப் போல் இன்னும் ‘‘மூடவில்லையே’’ என்று கவலைப்படுவார்கள். கொத்துவதற்கு, உழவுக்கு, நாற்றுப்பறிக்கு என்று சரியான அளவில் தண்ணீர் வைப்பார்கள். இவையெல்லாம் நீராணிக்கம் என்ற உபரி வேலை.

காலத்தைத் துரத்தித் தோற்கடித்தார்கள்

சாண் அகலத்துக்கும் குறைவான மண்வெட்டியின் இலையைக் கொண்டே காவிரியின் வெளி முழுதும் ரசமட்டம் பார்த்ததுபோல் தண்ணீர் நிற்கும்படி நிரவியிருக்கிறார்கள் இந்தப் பண்ணையாட்கள். மூன்று விரல் அகலமுள்ள கொழுமுனையால் கீறி, பழைய நஞ்சை முழுதும் சேறாக்கியிருக்கிறார்கள். பழைய நஞ்சை என்பது பன்னிரண்டு லட்சம் ஏக்கர். ஏருக்கு மசியாத இடங்களில் ஆட்களைச் சேர்த்துக்கொண்டு பத்தி பிடித்துக் கொத்த வேண்டும். கொத்தும்போது, மண்வெட்டிகள் ஒரே நேரத்தில் மேலே சென்று, சரேலென்று தண்ணீரைக் கிழித்து ஒரு தாள கதியில் சேற்றில் இறங்கும். உழவு மாடுகள் சேற்றில் அழுந்திய அடியைப் பெயர்த்து வைப்பதும் ஒரு தாளம். தண்ணீரில் உட்கார்ந்து பட்டம்பட்டமாக நாற்றைப் பறித்துக்கொண்டே ஆட்கள் முந்துவார்கள். பறிக்கப்பறிக்க ஒரு சரசரப்பு. தூர் அலசும்போது நீரின் ஓசை. பறித்த நாற்றை முடியாக முடிந்து, புறத்தே வீசினால் இன்னொரு ஓசை. தண்ணீர் பரந்த வயல்வெளியில் இதைக் காதால் கேட்டவர்களுக்கு இதுதான் சங்கீதம். தங்களுக்கென்று வாழ்க்கையில் இலக்கே வைத்துக்கொள்ள இயலாத காலத்தில் இப்படித் துரத்தித்துரத்திக் காலத்தைத் தோற்கடித்தார்களே! அப்போதைய சமுதாயத்தில் வேலையின் இந்தத் தீவிரத்துக்கு ஊக்கம் தருவதாக என்னதான் இருந்ததோ!

நீராகாரத்தைக் குடித்துவிட்டு வயலில் இறங்கினால் பொழுது சாய்ந்துதான் கரையேறலாம். வரப்பிலிருக்கும் கருவை மரத்து நிழல்தான் எப்போதாவது வெயிலுக்கு ஒதுங்கும் நிழல். உட்கார்ந்து உண்பது வரப்பு. ஒரு வேளை, இரு வேளை வெற்றிலை போடலாம். அந்திக் கடையில் வெற்றிலைப்பாக்கு, சுருட்டு, கத்தைக்காம்பு வாங்கிக்கொள்வார்கள். பொட்டலம் புகையிலை என்பது எட்டாத சொகுசு. கூலி நெல்லைக் கடையில் விற்று, நடவாட்கள் அங்கேயே புளி, மிளகாய், பூண்டு, சீரகம் வாங்குவார்கள். கூலி நெல்லை முறத்திலிட்டு நன்றாக நாமே புடைத்துச் சுத்தமாக்கிக் கொடுத்தால்தான் கடைக்காரர் வாங்குவார். கூலியாக இரண்டு படி நெல் கிடைத்தால் கடையில் அது ஒன்றேமுக்கால் படியாகிவிடும். நண்டுச் சாறுதான் குழம்பு. நடவு நட்டுக்கொண்டே கரையேறும் நேரத்தில் பரக்கப்பரக்கப் பிடித்து மடியில் போட்டுக்கொண்டதாக இருக்கும் அந்த நண்டுகள். குழம்புக்கென்று எதுவும் சம்பாதிக்க நேரமுள்ளதாக இருந்ததில்லை அப்போதையப் பிழைப்பு.

சட்டத்தால் மறைந்தது

பண்ணையாட்களுக்கு நெல்லாகக் கூலி கிடைக்கும். சஞ்சாய ஆட்கள் கூட நெல்லாகக் கூலி கொடுக்கும் இடத்தில்தான் வேலை கேட்பார்கள்.

ஆனால், சஞ்சாய வேலைக்குப் பெரும்பாலும் பணம்தான் கூலி. நெல் இருந்தாலும் நெல்லாகக் கூலி தர மாட்டார்கள். சஞ்சாயம் என்ற சுதந் திரத்துக்கு ஆசை வந்தால் பணத்தை நெல்லாக்கிக்கொள்ளும் இன்னலைப் படட்டுமே என்று அவர்களின் விதிக்கே விட்டுவிடும் நுட்பமான வன்மம். முக்கால் மரக்கால், பின்னர் ஒரு மரக்கால் என்று நாள் கூலி இருந்தது. கோடைக் காலத்தில் கூலி கம்மி. பணமாகக் கொடுத்தால் இரண்டு ரூபாய். அரையாளுக்கு ஒரு ரூபாய், ஒன்றரை ரூபாய் கொடுத்தார்கள். நட வாளுக்குக் கூலி முக்கால் மரக்காலாக இருந்தது. சஞ்சாயக் கூலி இதை விடக் கொஞ்சம் கூடுதலான வீதம். ஆனால், பண்ணை வேலை இருக்கும் போது சஞ்சாய வேலைக்குப் பண்ணையாட்கள் போகக் கூடாது. அறு வடையின்போது கலத்துக்கு ஒன்றரை மரக்காலாக இருந்த கூலி, பின்னர் இரண்டு மரக்கால் ஆனது. இதனோடு, பண்ணையின் கண்டுமுதலில் கலத் துக்கு அரை மரக்கால் வீதம் பண்ணையாட்களுக்குச் சிலர் கொஞ்ச காலம் கொடுத்துவந்தார்கள்.

கூலியின் அளவு கொஞ்சம் கூடியதெல்லாம் தன்னால் நடந்ததல்ல. 1952இல் பண்ணையாள் பாதுகாப்புச் சட்டம் வந்தது. அதற்கு முன்பு மாய வரம் ஒப்பந்தம் ஏற்பட்டிருந்தது. அதற்கு முன்பிருந்தே கூலிப் பிரச்சினை யில் அரசாங்கம் சிறிது அக்கறை காட்டிச் சில ஒப்பந்தங்கள் உருவாகி யிருந்தன. பண்ணையாட்களுக்கு வேலை கொடுக்காமல் நிறுத்திவிட்டால் பண்ணை நஷ்ட ஈடு தர வேண்டும் என்பது 1952ஆம் வருடத்துச் சட்டம். இதன் பிறகு பண்ணையாள் ஏற்பாடு சட்டென்று மறைந்துபோனது. 1930 வாக்கிலிருந்தே கூலிப் பிரச்சினைகளும் பண்ணைகள் செய்த கொடு மைகளும் உழைக்கும் மண்ணோடு தங்களுக்கு இருந்த உறவை மீட்டுக் கொள்ளும் சித்தாந்த முனைப்பும் விவசாயத் தொழிலாளர்களிடையே ஒரு வர்க்கப் பிரக்ஞையை உருவாக்கியிருந்தன. இந்த வர்க்கப் பிரக்ஞை துயரங்களை ஏற்றும், தியாகங்களைச் செய்தும் வளர்ந்துவந்தது. அதுவரை பாராமுகமாக இருந்த அரசாங்கம் பணிந்ததன் அடையாளமே இந்தச் சிறு மாற்றங்கள். சமூக வரலாறும், பொருளாதார வரலாறும் அரை நூற்றாண்டுக்குக் குறைவான காலத்தில் தீவிரமான மாற்றங்களைக் கண்ட பூமி கீழத் தஞ்சை. எழுத்தறிவு என்பதையே எட்டாக் கனியாக்கியிருந்த சமுதாயம். அப்படியொன்றில் விவசாயத் தொழிலாளர்களுக்கு அப்போ திருந்த அரசியல் சூட்டிப்பு இடதுசாரி இயக்கங்களால் வந்த சாதனை. சென்ற நூற்றாண்டின் எண்பதுகளில் எனக்குத் தெரிந்த விவசாயத் தொழி லாளி ஒருவர், கணபதியா பிள்ளை கமிஷன் உட்பட கிசான் இயக்க வரலாற்றை விவரமாகச் சொல்வார். எழுபதின் துவக்கத்தில் ஒருமுறை எட்டுக்குடிக்குச் சென்றேன். திருத்துறைப்பூண்டிக்குக் கிழக்கே சீராவட் டம் பாலத்தில் இறங்கி நடக்கலாம். அன்றைக்குச் சில நாட்களுக்கு முன்புதான் இடதுசாரி இயக்கத் தேசியத் தலைவர்களுள் ஒருவரான

எஸ்.ஏ. டாங்கே மும்பையில் ஒரு கட்சியைத் துவங்கியிருந்தார். மற்ற கட்சிக் கொடிகளோடு டாங்கே கட்சியின் கொடியும் சீராவட்டம் பாலத்தடியில் பறந்துகொண்டிருந்தது. மும்பையில் பிறந்த கட்சி, தான் பிறந்த நான்கைந்து நாட்களுக்குள்ளாகவே எங்கோ இருக்கும் சீராவட்டம் பாலத்தில் அனுதாபிகளைத் தேடிக்கொண்டதைப் பார்த்து அசந்துபோனேன்.

சேற்று வேலைக்காகவே பிறந்தவர்களாக ஆட்களைச் சிலாகிப்பார்கள். மற்றவர்கள் கொத்தினால் மண்ணைப் புண்படுத்துவதுபோல் இருக்கும். ஆட்கள் கையில் மண்வெட்டி புழங்கினால் மண்ணைக் கொஞ்சுவதாகத் தான் தெரியும். ஒரு கோட்டுச் சேற்றை எடுத்து மடைவாயில் வைத்தால், மடை கன கச்சிதமாக அடைபட்டிருக்கும். வயதானாலும் வீட்டில் இருக்காமல் நாற்றுப்பறிக்கும், அறுவடைக்கும் சென்றுவிடுவார்கள். கடப்படாதவன் என்று யாரும் தன்னைச் சொல்லிவிடக் கூடாது என்ற சுயமதிப்பு.

ஆற்றங்கரையில் எங்கள் கிராமம். ஒன்றிரண்டு குடும்பங்களுக்கு ஆற்றுக்கு அக்கரையில் கொஞ்சம் நிலமிருந்தது. அது நடவு நேரம். ஆறு கொள்ளாமல் தண்ணீர் போயிற்று. எண்பது வயதில் காத்தான் என்று ஒரு விவசாயத் தொழிலாளி. அக்கரைக்குச் சென்று நாற்றுப் பறித்து விட்டு அந்தியில் மறு கரைக்கு வர எல்லாரோடும் ஆற்றில் விழுந்து நீந்தியவர், கரையேறவில்லை. தேடிச் சென்றவர்கள் ஆற்றில் மிதந்து கொண்டிருந்த காத்தானின் நாற்றுப்பறிக் கம்பைக் கண்டு எடுத்துவந்தார்கள். காத்தானைக் காணவில்லை. காலையில் கரையோடு நடந்து சென்றவர்கள் தெற்கே தூரத்தில் சிக்கியிருந்த உடம்பைக் கண்டு அங்கேயே அடக்கம் செய்துவிட்டுத் திரும்பினார்கள். ஒரு உயிருக்கும், அது போன பிறகு அந்த உடம்புக்கும் சமுதாயம் கொடுக்க முடிந்த மரியாதை அப்போது அவ்வளவுதான். காவிரி நினைவுக்கு வரும்போதெல்லாம் காத்தானின் பறிக் கம்பும் நினைவுக்கு வரும். மண்ணோடு வந்த உறவு சமுதாயத்தின் எல்லா பிரிவுகளுக்கும் ஒன்றாக இருந்ததில்லை.

குனிந்த முதுகு கொப்பளித்துவிடும்

நடவாட்கள் ஆண்டை வீட்டு மாட்டுக் கொட்டிலைப் பெருக்கி, மாட்டுச் சாணத்தைக் குப்பைக்குழிக்கு அள்ள வேண்டும். பண்ணைக்கு நடவு நட வேண்டும். நடுவது இடுப்பு ஒடியும் வேலை. நாள் முழுதும் தண்ணீரிலும் சேற்றிலும் நிற்க வேண்டும். குனிந்த முதுகு சுட்டெரிக்கும் வெயிலில் கொப்பளித்துவிடும். நடவுக்கு வருவதற்கு முன்பு அகப்பட்டதை அரக்கப்பரக்கச் சமைத்து, வீட்டு ஆண்களுக்கும் கையோடு எடுத்துவர வேண்டும். பிறந்த சிசு இருந்தாலும் பொழுதுக்கும் பால் கொடுக்க நேரமிருக்காது. நட்ட வயலுக்குச் சில நாட்களில் களையெடுக்க வேண்டும். வளர்ந்த பயிராக இருந்தால் களையெடுக்கக் குனியும்போது கண்ணைக் குத்தும். வீட்டுப் பசு

வுக்கு அந்தியில் புல் அறுத்துக் கொண்டுவரவில்லை என்று பண்ணையில் கோபித்துக்கொள்வார்கள். புதிதாக மூங்கில் கூடை, முறம் வாங்கிவந்தால் அவற்றுக்குச் சாணி மெழுக வேண்டும். அறுவடை நேரத்தில் போர் உதற வேண்டும், களம் கூட்ட வேண்டும், கருக்காய் தூற்ற வேண்டும் என்று முடிவில்லாத வேலைகள்.

ஆளின் வேலையை முழுதாகச் செய்ய இயலாத சிறுவர்களை அரை யாளாக அமர்த்துவார்கள். பத்து, பன்னிரண்டு கலம் ஆண்டுச் சம்பளம் பேசி அரையாட்களை ஆண்டை வீட்டிலேயே பெற்றோர்கள் விட்டுவிடு வார்கள். அங்கேயே தங்கிச் சாப்பிட்டுக்கொள்ளலாம். அவர்கள் மாடு மேய்க்க வேண்டும். தீனி வைக்க வேண்டும். போரிலிருந்து வைக்கோல் பிடுங்கி கவணையில் வைக்க வேண்டும். ஏர்பிடிக்க வேண்டும். ஆண்டை வீட்டு ஆச்சியிடம் ‘‘பசித்து நிற்காமல் பார்த்துக்கொள்ளுங்கள்’’ என்று அரையாட்களின் பெற்றோர்கள் சொல்லிச் செல்வார்கள். போரிலிருந்து வைக்கோலைப் பிடுங்கிக் கட்டி, அதைத் தானே தலையில் தூக்கிவைத்துக் கொள்ள முடியாத சிறுவயதில் இருப்பார்கள் அரையாட்கள்.

ஆட்களின் வீடுகள் இருந்தது குட்டைக்கரை, வரப்பைப் பிரித்துப் பரப் பிய இடம், வெள்ளக்கால எக்கல், வயல் சேர்த்தபோது வேண்டாத மண்ணை முட்டாடிய இடம். சுற்றிலும் பயிர் வயலும் தண்ணீருமாக இருக்கும். வளர்க்கும் ஆட்டையோ, மாட்டையோ அவிழ்த்துவிட முடி யாது. இரண்டு வாய்க்கால் இறங்கித் தாண்டினால்தான் தெருவுக்குச் செல்ல லாம். உடம்புக்கு வந்தால் மருத்துவம் கிடைக்காது. காலரா இருந்த காலங் களில் இறந்தவர்களை எடுத்துப்போட யாரும் மிஞ்சாமல் தெருவே அழிந் திருக்கிறது. இதை அப்படியே சொல்லாமல், ‘‘காளியம்மாள் புகுந்தால் அங்கே தங்கித்தான் போவாள்’’ என்பார்கள்.

தவித்துத் தண்ணீர் கேட்டால் பிடித்துக் குடிக்கச் சொல்லி, கையில் தண்ணீர் ஊற்றிப் பார்த்திருக்கிறேன். செம்பில் தண்ணீர் கொடுத்தால் குடித்துவிட்டுக் கழுவிக் கொடுக்க வேண்டும். அப்படியும், கொஞ்சம் தண் ணீர் தெளித்துத்தான் செம்பை வீட்டுக்குள் எடுத்துக்கொள்வார்கள். அணிந்திருக்கும் சட்டையைக் கழற்றிக்கொண்டு ஆண்டை வீட்டுக் குழந் தைகளை நடவாளிடம் தருவார்கள். பிறந்த மேனிக்குக்குத் தீட்டு இல்லை; துணிக்குத்தான் தீட்டு! நாற்றங்காலில் அழுந்தப் பரம்பு இழுக்க வேண்டுமானால், ஆண்டை வீட்டுப் பிள்ளைகளைச் சட்டையைக் கழற்றி விட்டு பாரத்துக்காகப் பலகையில் தூக்கிவைத்துக்கொள்வார்கள். பள்ளிக் கூடத்திலிருந்து வரும் ஆண்டை வீட்டுப் பிள்ளைகள் சட்டையைக் கழற் றித் திண்ணை எறவாணத்தில் செருகிவிட்டுக் குளித்துவிடுவார்கள். மறு நாள் அதைப் போட்டுக்கொண்டு பள்ளிக்குச் செல்லலாம். தீட்டு ஒட் டும் துணிப்பையைத் தவிர்க்க புத்தக மூட்டையும் சாக்குப் பையாக இருக்

கும். தேநீர்க் கடைகளில் கூரையை நீட்டி கங்கில் ஒரு சார்ப்புப் போட்டிருக்கும். ஆட்கள் உட்காருவதற்கு அங்கே நீளமாக மண்ணால் மேடை கட்டியிருக்கும். சுவரில் இருக்கும் சிறிய சன்னல் வழியாகக் கடையிலிருந்து தேநீர் வாங்கிக்கொள்ளலாம். கடைக்கு உள்ளே ஆண்டைகள் உட்காருவதற்கு விசுப்பலகையும், மேசையும் கிடக்கும்.

குளிக்கும் நேரம் போலவே, புழங்கும் பாண்டங்களும் வர்க்கத்தை அடையாளப்படுத்தின. கூம்பா என்ற பாத்திரம் எல்லா இடத்திலும் புழங்கினாலும், அதன் கடைசிக் காலத்தில் ஆட்கள் வீட்டில் மட்டுமே காணப்பட்டது. உதடு இல்லாத கட்ரா அல்லது பாத்திரை ஆட்கள் வைத்துச் சாப்பிடும் பாண்டமாக இருந்தது. பெருத்த பண்டியோடு கொஞ்சம் கொள்ளளவு அதிகமான குடிக்கறிச்சட்டி இருந்ததும் ஆட்களிடமே.

பொன்னியின் செல்வங்கள்

''விதி, விசுவாசம் என்பதெல்லாம் ஆண்டைகள் தங்களைக் காத்துக் கொள்ளக் கற்பித்துவைத்தவை'' என்று புரியவைப்பதுதான் இங்கு இடதுசாரி இயக்கத்தின் ஆரம்பக் கால வேலையாக அமைந்தது. எவ்வளவுதான் சித்தாந்தம் பேசினாலும், பண்ணையாட்கள் தங்கள் ஆண்டைகளிடம் விசுவாசம் காட்டாமலில்லை. எப்போதாவது கோபம் வந்துவிட்டால், பெயரோடு பட்டத்தையும் சேர்த்துக்கொண்டு, ''இதெல்லாம் இந்தப் பிச்சைவாய்க்காரனிடம் பலிக்காது. எனக்கென்ன சுகந்தையா, சுதந்திரமா?'' என்று குமுறிக் கொட்டிவிடுவதுண்டு. 'சுதந்திரம்' என்பது விடுதலையல்ல, அவர்களே நட்டு அறுவடை செய்துகொள்ளும்படி பண்ணையாட்களிடம் விட்டுவைக்கும் நிலம். தாங்களாகவே உரிமையோடு எடுத்துக்கொள்ளும் சில வரும்படிகளுக்கும் 'சுதந்திரம்' என்று பெயர். நாட்டின் விடுதலைப் போராட்டம் சுதந்திரத்தின் பொருளைச் சுருக்கிவிட்டது.

கிசான் சபாக்களில் துவங்கி இடதுசாரி இயக்கப் போராட்டங்களின் பயன்களும் விவரங்களும் அப்போதிருந்த விவசாயத் தொழிலாளர்களுக்குத் தெளிவாகத் தெரியும். அவையெல்லாம் தகவல்களாக இல்லாமல் அவர்கள் அனுபவத்திலேயே துயரங்களாகவும் தியாகங்களாகவும் இருந்தன. கீழத் தஞ்சையில் இடதுசாரி இயக்கம் மூன்று தலைமுறைகளைக் கண்டு விட்டது. மற்றெதுவும் விவசாயத் தொழிலாளர்களிடையில் காலூன்ற இயலவில்லை. வெள்ளத்தோடு வெள்ளமாக, சேற்றோடு சேறாக, எல்லாக் காலத்திலும் பொன்னி நதியை அதன் குழந்தைகளாகப் பற்றிக்கிடந்த இவர்கள்தானே பொன்னியின் செல்வங்கள்!

01.04.2015

* * * * *

14
மண் வளம் போற்றும் மாதம்

தேடி விதைக்கும் மாதம் ஆடி என்பார்கள். காவிரிப் படுகைக்கு இது கச்சிதமாகப் பொருந்தும். ஆடி பிறந்துவிட்டால் மேடையில் ஒரு காட்சி முடிந்தது போல் காவிரிக் கரையில் மற்றொரு காட்சி விரியும். ஆனியில் திறந்துவரும் தண்ணீர் ஆறெல்லாம் கரை புரளும். வெறும் தண்ணீராக வெளுத்து வராது. வண்டலை வாரி வருமோ, வளத்தை வாரி வருமோ என்று வரும். காவிரியின் முகக் களையே இந்த வண்டல்தான். பொன் துகள்களாக நீரோடு புரண்டுவரும். அணை கட்டினால் இந்த வண்டல் அங்கேயே இறங்கித் தங்கிவிடும்; நீரோடு புரண்டு வராது என்று மேட்டூர் அணைக்கு ஒரு எதிர்ப்பு இருந்தது. அணை வருவதற்கு முன்பு வண்டல் பொலியப்பொலிய வந்த காவிரி நீரைப் பிறகு வந்த தலைமுறைகள் பார்க் கக் கொடுத்துவைக்கவில்லை. தண்ணீர் திறந்துவிட்டால் காவிரியின் போக்கில் இருக்கும் மதகுப் பலகைகளைத் தண்ணீர் தண்டாமல் தூக்கிவிடுவார் கள். மதகுக் கண்களில் புகுந்து, கிடைவாட்டில் வெளியேறும் நீர்த்தம்பங் களாகத் தண்ணீர் தாவி விழுந்து, சிதறி, வேகம் தணிந்து தவழும். சீறிப் பாய்ந்துவரும் நீரின் இரைச்சல் தை மாதம்வரை ஓயாது.

மேய்ந்து மாளாத புல்வெளி

அப்போது இருபத்து நான்காயிரம் கனஅடி தண்ணீர் திறப்பார்கள். ஆறு நிறைந்து, பார் பொழிந்து, வெட்டுக்குழிகளில் (மண் சாலையை வலுப் படுத்தப் படுகையில் மண்வெட்டிய குழிகள்) விழுந்து, படுகையிலும் ஏறு வதும் இறங்குவதுமாகச் சிலிர்த்து ஓடும். மாடுகளுக்குக் கட்டுக்கொடுக் காத கொண்டாட்டம். அடி வைக்கும் இடமெல்லாம் 'சலேர்' என்று தண் ணீர் தெறிக்கும். வெட்டுக்குழியில் விழுந்து, விழுந்து நீந்தும். வேரிலும், தூரிலுமாக உயிர் வைத்துக்கொண்டிருந்த அருகும், கோரையும், பொடு தலையும் அமிர்தம் பருகியதாகத் தழைத்துவிடும். மேய்ந்து மாளாது. சரு காக இலைகளை உதிர்த்து நின்ற மூங்கில்குத்து ஆயிரமாயிரம் மரகதத் திவலைகளை அவசரமாக அள்ளிப் போர்த்திக்கொள்ளும். தண்ணீர் குதி போட்டு ஓடிக் குளத்தையும், குட்டையையும் குரல்வளை பிடிக்க நிரப்பிக் கொண்டிருக்கும். தண்ணீரைக் கண்ட தவளைகள் இரவெல்லாம் கத்தித் தீர்த்துக்கொண்டிருக்கும். பொழுது இறங்கும் நேரத்தில் வரப்பில் பட்டுப்

போன நாணலையும், நெரிச்சியையும், விழலையும் கொளுத்திக் காடு அழிப்பார்கள். பரந்த தரிசுப் பரப்பில் இங்கொன்றும் அங்கொன்றுமாக செந்தீயும், வெண் புகையுமாக இருக்கும். நீரோடும் நெருப்போடும் மாலை யில் வரும் மேலைக் காற்றும் சேர்ந்துகொள்ளும். ஐம்பூதங்களும் பூமியை அன்றைக்குத்தான் கண்டு அப்படியே பற்றிக்கொண்டதாகத் தெரியும். நீர்ப் பரப்பில் மேலைக் காற்று மிதந்துவந்தால் உடம்பை நெளித்துச் சிலிர்த்துக் கொள்வாள் காவிரி. இந்த நீர்ச்சூழலும் காற்றும் சேர்ந்து அந்திக் குளியலில் உடம்பை நடுங்கவைக்கும்.

பச்சைக் கம்பளமாக நாற்றங்கால்

எல்லாரையும் முந்திக்கொண்டு சிலர் நாற்று விடுவார்கள். தரிசுவெளி யில் அந்த நாற்றங்கால் பச்சைக் கம்பளமாக மின்னும். ஆடி மாதம் முடிய முடியப் பாலையாகக் கிடந்த பட்டக்கால் முடிவில்லாத மரகதப் பட்டாக விரிந்துவிடும். அவசரம்அவசரமாகச் சிலர் வண்டிச்சோட்டுக்கு உடைத்து விட்ட வரப்பை எடுத்துக்கட்டுவார்கள். சிலர் வெங்கார் பாய்ச்சி நாற்றங் காலுக்குச் சேறு குழப்புவார்கள். தண்ணீர்கட்டி விதை தெளிக்கும்போது அவை மழைத் தூறலின் இசையோடு விழுந்து இறங்கும். காத்துக்கொண் டிருந்ததுபோல் அப்போது இடியும் மின்னலுமாக மழையும் வந்துவிடும். ‘‘விதையை எடுத்துக்கொண்டு வயலுக்குப் போனால் இந்த மழையும் இடைஞ்சலுக்குக் கூடவே வந்துவிடும்’’ என்று விவசாயிகள் நொந்துகொள் வார்கள். விதைத்த வயலில் மழை பெய்தால் விதையை முட்டுமுட்டாகக் குவித்துவிடும். நாற்றங்கால்கள், விரிந்துகிடக்கும் தரிசில் தடுக்குத்தடுக் கான தண்ணீர்ப் பரப்பாக இருக்கும். பொழுது குந்திய நேரத்தில் ஒளிச் சாட்டையாக வரும் மின்னல் இந்த நீர்த் தட்டுகளைக் காட்டிக்காட்டி இரு ளில் மீண்டும் பொத்திக்கொள்ளும். வீட்டுக் கொல்லையில் தை மாதத்துக்கு ஆகுமென்று மஞ்சளும், கருணையும் நடுவார்கள். குழிவாங்கி, கொடியில் விளையும் பீர்க்கும் புடலும் ஊன்றிவைப்பார்கள்.

பருவங்களின் செல்லப்பிள்ளை

தூர தேசத்தில் எங்கோ பொழியும் தென்மேற்குப் பருவமழையை இங்கே வாரி வருவாள் காவிரி. அதைக் கொண்டு நாற்றுவிட்டுப் பயிர் வளர்த்துவிடு வார்கள். அந்தப் பருவம் ஓயும்போது வடகிழக்குப் பருவமழை இங்கேயே வந்துவிடும். அந்த மழையில் பயிர் தழைத்து, கதிர்வாங்கி முதிர்ந்துவிடும். இயற்கையின் போக்கிலேயே சென்று, பூமி நலியாமல், இரண்டு பருவங் களின் செல்லப்பிள்ளையாகச் சீராடி வளர்ந்தது காவிரிப் படுகை. அப்போது நிலம் நோகாத வெள்ளாமை. அதே காவிரிப் படுகை இப்போது ஒரே பருவத்தின் சவலைப் பிள்ளை. நிலத்தைப் புண்ணாக்கித்தான் நெல்லை விளைவிக்கிறார்கள்.

அததற்குப் பிடிபட்ட வழியில் கலாச்சாரங்கள் வளத்தையும் விளைச்ச லையும் வணங்கும். இங்குள்ள பண்பாட்டு அச்சு இந்த வளத்தை வார்த் தெடுத்த வடிவம் என்ன? ஆடி மாதக் கோயில் விழாக்களில் இந்த வடிவம் துலக்கமாகத் தெரியும். ஆடிப்பெருக்கு நாளில் புதுமணத் தம்பதிகளும், சுமங்கலிகளும் காவிரிக்குச் சென்று அந்தப் பெருவளப் பெண்ணைக் கும் பிட்டுவருகிறார்கள். அவள் பெற்ற பேறு தங்களுக்கும் கிட்ட வேண்டு மென்று வேண்டிக்கொள்வார்கள். ஆங்காங்கே இருக்கும் பெருமாளும், சிவனும் அன்று காவிரிக்குச் செல்வார்கள். காவிரிக்குச் செல்லும் தெய்வங் கள் அங்கே தங்குவதற்கும், நாள் முழுதும் மக்கள் பார்ப்பதற்கும் படித் துறையோடு மண்டபங்கள் இருக்கும். இந்தத் துறைகளும் மண்டபங்க ளும் அழிந்துவிட்டன. திருவாரூர் சுவாமி ஓடம்போக்கி ஆற்றுக்குச் சென்று தங்குவதற்கு அங்கே மூக்குச் செட்டி மண்டபம் என்று ஒரு மண்ட பம் இருந்ததாம். அது இப்போது தென்படவில்லை. அந்தந்த ஊர் பெரு மாளுக்கு ஆடி மாதம் கேட்டைத் திருநாளின் திருமுழுக்குக்குக் காவிரியி லிருந்தோ, அதன் கிளைகளிலிருந்தோ யானைமீது நீர் எடுத்துவருவார்கள். மாசி மாத மகத்தின்போதும் அங்கங்கே இருக்கும் காவிரியின் கிளைகளுக் குச் சென்று சுவாமி தீர்த்தம் கொடுப்பது வழக்கம். ஆடிப் பதினெட்டுக்கோ, அம்மாதக் கேட்டைத் திருநாளுக்கோ இப்போதெல்லாம் ஆற்றில் தண்ணீர் வருவதில்லை. அந்தந்த ஊரின் காவிரிக்குச் செல்லத் திருமஞ்சன வீதி இருக் கும். அன்றாடத் திருமுழுக்குக்கு அதன் வழியாகக் காவிரி நீர் கோயிலுக்கு வரும். புவிப்பரப்பில் மட்டுமல்லாமல் பண்பாட்டுக்குள்ளும் காவிரி கிளை விரித்துப் பரந்திருந்தது. இப்போதுதான் அதை நீராகச் சுருக்கி வெறும் பொருளாதாரக் காரணியாகப் பார்க்கும் புதிய ஞானத்தைப் பழகி யிருக்கிறோம். .

கோயிலுக்குள் ஒரு தனிக் கோயில்

எதையும் தெய்வமாகவே உருவகப்படுத்தும் பண்பாடு மண் வளத்தையும் பெண்ணாகவே கொண்டாடும். பெருமாளுக்கு நடப்பதற்கு இணையாகத் தாயாருக்கு ஆடி மாதத்தில் பெருந்திருவிழாவே நடக்கிறது. கொடியேற்றத் தோடு நாள்தோறும் வாகனங்களில் புறப்பாடும், ஆடிப் பூரத்தில் தேரும் உண்டு. திருவிழா என்ற தளத்தில் பெண் தெய்வத்துக்கும் சமமான இடம் இருந்தது. சிவன் கோயில்களில் இதை இன்னும் அழுத்தமாகவே காண லாம். கோயிலுக்குள்ளேயே தனிக் கோயில், தனித் திருவிழா, பரிவாரங் கள் எல்லாம் பெண் தெய்வங்கள் என்று அம்பாளை ஒரு போட்டித் தெய்வமாக, இணைத் தெய்வமாகவே வைத்திருக்கிறார்கள். பிற்காலத்துப் பெண்ணியம் அன்றைக்குத் தனக்கிருந்த சுயப்பிரக்ஞையில் தன்னை அழுத்தமாக இருத்திக்கொள்ள அறிந்திருந்த வழி.

மன்னார்குடி பெருமாள் கோயிலில் செங்கமலத் தாயார். அவருக்கு படிதாண்டாப் பத்தினி என்று பெயர். கோயிலுக்குள்ளேயே அவருக்குத் தனியாகத் தேரோடும் பிராகாரம் உண்டு. ஆடி மாதம் அவருக்குத் தனி உற்சவம் நடக்கும். ஆடிப் பூரத்தில் தேரோட்டம் காண்பார். ஆடிப் பூரத்தில் நாகப்பட்டினம் நீலாயதாட்சிக்கு நடக்கும் விழாதான் அந்தக் கோயிலின் பெருந்திருவிழா. அன்றைக்கு வயதுக்குவந்த பெண்ணாக அம்மனை நினைத்து பெண்ணுக்கு அப்போது செய்யும் எல்லாச் சடங்குகளையும் செய்வார்கள். பூரங்கழித்தல் என்று தலைக்கு ஊற்றும் சடங்கைச் செய்து, வெள்ளை உடுத்தி, பயத்தம்பயறுக் கஞ்சியும், புட்டும் படைப்பார்கள். ஒரு பெண்ணுக்கு நடப்பதைப் போன்றே நிறைநாழி, நீர்ச் சொம்பு முதலியவற்றை ஏற்றி இறக்குவார்கள். முதல் நாளே ஊறவைத்து முளைகட்டிய பயத்தம்பயற்றைத் துணியில் முடிந்து அம்மனின் இடுப்பில் கட்டுவார்கள். மொசுமொசுவென்று முளைத்திருக்கும் பயத்தம்பயறு வளத்துக்கும், விளைச்சலுக்கும், உயிர்ப்புக்கும் உருவகம். இதனோடு சுமங்கலிகளுக்கு உரிய பொருட்களான மஞ்சள், முகம் பார்க்கும் கண்ணாடி, கண்ணாடி வளையல் முதலியவையும் பெண்களுக்கு அன்றைக்கு வழங்கும் பொருட்கள். பிள்ளைப்பேறு இல்லாதவர்களுக்கும், இன்னும் பருவமடையாத பெண்களுக்கும் மடிகட்டிய பயறு அம்மனின் ஆசியாகச் செல்கிறது.

விதை முளைத்துவிட்டால் அதனைப் ''பருவம் கண்டது'' என்று சொல்வதுண்டு. முளைக்கவில்லையானால் ''பருவம் காணவில்லை'' என்பார்கள். தெய்வத்தை மனிதனாகப் பாவித்துக்கொள்வதும், பூமியை, வளத்தை, விளைச்சலைத் தெய்வமாகப் பாவிப்பதும் பழைய மரபு. இந்தப் பாவனையின் விவரங்களை இணுக்குஇணுக்காகக் கோத்து, அதை விரித்துக் கட்டமைத்திருக்கும் விழாவாக இருப்பது ஆடிப் பூரம். மறு விதைப்புக்கு, மறு விளைச்சலுக்கு, மறு ஈட்டுக் காய்ப்புக்கு மண்ணைப் புதுப்பித்துக்கொள்ளும் சடங்கு. திருவாடிப்பூரத்தில் பிறந்த ஆண்டாளை மண்ணில் பிறந்த மண்மகளாகத்தான் போற்றுகிறது வைணவம்.

பெருமாள் கோயிலுடனோ, சிவன் கோயிலுடனோ தொடர்பு இல்லாத அம்மன் கோயில்கள் எல்லாவற்றிலுமே ஆடியில் ஏதாவது ஒரு விழா இருக்கும். பொன்னித் தாயாகிப் பெண்ணாகவே வருகிறாள் காவிரி. மண்ணின் வளத்தையும், பருவங்களின் உயிர்ப்பையும் பெண்ணாகவே போற்றுகிறது பண்பாடு. இந்தப் பண்பாட்டு வடிவங்களின் உச்சமாகவே இருப்பது ஆடிப் பூரமும், ஆடி மாதத்தின் அம்மன் விழாக்களும்.

14.08.2015

* * * * *

15

கரை தொட்டு ஓடிய காவிரி

“ஆனி பிறந்துவிட்டால் ஆறு கரை புரளும், ஆறெல்லாம் மீன் புரளும்” என்று எங்கள் கோயிலில் பாடுவோம். இன்னும் சில நாட்களில் ஆனி பிறக்கும். அணைக் கதவு திறக்காது, ஆறும் கரை புரளாது. காவிரியில் தண்ணீர் வரத்து இல்லை. காவிரிப் படுகை இருந்ததுபோல் இல்லை. கண்ணுக்குப் படுவதும், கணக்குக்கு எட்டுவதுமாகச் சில மாற்றங்கள். பயிரிடும் பரப்புச் சுருங்கும். உற்பத்தி குறையும். விவசாயிகளுக்கு வருமானம் குன்றும். ஆனால், கண்ணுக்கும், கணக்குக்கும் எட்டாத மாற்றங்களால் ஒரு கலாச்சாரம் இற்றுப்போகிறது. காவிரியோடு நாம் கொண்ட உறவை வேறு வகையில் சித்தரிக்கப் பழகுகிறோம். கலாச்சாரம் இற்றுப்போவது காரணமாகி அதன் விளைவாக வருவதல்ல இந்த வேற்றுச் சித்திரம். இற்றுப்போவது என்பதே சித்திரம்.

ஆறா அல்லது அறுத்தோடியா?

தெற்கிலிருந்து வடக்காகப் பயணித்தால் பாமனியாற்றிலிருந்து பழைய கொள்ளிடம்வரை உத்தரீயத்தின் விசிறிமடிப்பை விரித்ததுபோல் அடுக்கடுக்காக ஆறுகள். கடக்கும்போதெல்லாம் இடமும் வலமுமாகத் திரும்பி ஆறு நிறைந்து ஓடும் நீரைப் பார்ப்போம். ஓண்டிக்கொண்டிருக்கும் மனித இனத்தின் சந்தடி ஓடிக்கொண்டேயிருக்கும் நீருக்குத் தொந்தரவுபோல் தெரியும். கிழக்கிலிருந்து மேற்கே சென்றால் நமது சாலை ஒரு ஆற்றங்கரையிலிருந்து மறு ஆற்றுக்குத் தாவும், கரை வழியே ஏறிக் கொஞ்சம், இறங்கிக் கொஞ்சம் என்று பயணம். எப்போது பொழியுமோ எங்கே பொழியுமோ என்று எதிர்த்து வரும் நீர் சத்தியத்துக்குக் கட்டுப்பட்டதுபோல் பார் அடங்கியே ஓடும். இப்போது அதே கரையில் நாம் பயணித்தால், இது ஆறா, காட்டாற்றுப் பகுதியில் காணும் அறுத்தோடியா என்று ஐயம். நடந்து கடக்க வேண்டும் என்றால் சருக்கையில் இறங்கி மறுகரையின் செங்குத்தான ஏற்றத்தில் ஏற வேண்டும். ஆற்றின் வயிற்றில் பிடி மணல் இல்லை. ஈளையும் சுக்கானும் கரைந்து களியின் மேல் சாம்பலாகப் பூத்துக்

கிடக்கிறது. தாம்பாளமாக இருந்த ஆறுகள் இவை. பொதிமணலில் மிதந்து ஓடியது தண்ணீர். இறங்கி நடந்தால் இட்ட அடியும், எடுத்த அடியும் மணலில் 'கருக்கருக்'கென்று வாங்கி, மறுகரை எட்டுவதற்குள் கால் ஓய்ந்துவிடும். சிலிர்த்து ஓடிய தண்ணீர் மணலைக் கொழித்துக்கொழித்து பூமணலாக, தூவாளியாக, பொன்மினுக்கும் கருமணலாக, பெருவட்டாக விட்டுச் சென்றிருக்கும். நடக்கும்போது படிந்த மணல்பரப்பை அடி வைத்து உடைக்க மனம் வராது. இப்போது செருமி விளைந்திருக்கும் சீமைக் காட்டாமணிக்குள் ஒற்றையடிப் பாதையாக நெளிகிறது நதியின் தடம்.

மனத்திரையில் காவிரி

மாயூரத்தில் வண்டி ஏறும் ரயில் சிநேகிதர் அறிமுகத்துக்கான இரண்டே கேள்விகளுக்குப் பிறகு, "உங்கள் ஊருக்கு எந்த ஆறு பாசனம்?" என்பார். நீங்கள் கோரையாறு, வெண்ணாறு, வெட்டாறு, சோழசூடாமணி, புத் தாறு, வளப்பாறு, முடிகொண்டான், வீரசோழன் என்று எதையாவது சொன்ன மறுகணமே அவர் மனத்தில் நீங்கள் மூக்குமுழியோடு முழு உருவம் பெறுவீர்கள். அதுவரை அவருக்கு நீங்கள் பிடிபடாதவர்தான். வெளியூரிலிருக்கும் உள்ளூர்க்காரர் உங்களைக் கேட்கும் முதல் கேள்வி "ஆற்றில் எவ்வளவு தண்ணீர் போகிறது?" என்பதாக இருக்கும். நான் மாணவனாக இருந்தபோது பல்கலைக்கழகத்தில் ரெங்கசாமி ஐயர் என்று புள்ளியியல் பேராசிரியர் ஒருவர் இருந்தார். திருவாரூருக்குக் கிழக்கே காக் கழனி என்ற கிராமத்தின் மிராசுதார் அவர். எங்கள் கிராமத்திலிருந்து பல் கலைக்கழகம் செல்ல நான் காவிரிக் கரையின் எல்லா ஆறுகளையும் தெற்கு வடக்காகத் தாண்ட வேண்டும். என்னைப் பார்த்தவுடன் அவர் கேட்கும் முதல் கேள்வி, "ஓடம்போக்கியில் எவ்வளவு தண்ணீர் போகிறது?" என்ப தாக இருக்கும். ஓடம்போக்கி அவர் கிராமத்துக்குப் பாசன ஆறு.

தேவாரம் பெற்ற தலங்களைக் காவிரிக்கு வடகரையில் இவை, தென் கரையில் இவை என்று காவிரியை வகிடாக்கித் தொகுத்தார்கள். அகத்தியக் காவேரி, காக்கா காவேரி, பழங் காவேரி, துலாக் காவேரி என்று அந்தந்த இடங்களில் ஆசைக்குப் பெயரிட்டுக் காவிரியைக் கொஞ்சியிருக்கிறார்கள். காவிரியின் கடைமடையில்தான் திருக்கண்ணபுரம். இருந்தாலும், கங் கைக்கு மேல் நீர்மலியும் கண்ணபுரம் என்பார்கள். கற்பனையை, நினைவை, மனத்திரையை காவிரி நிறைத்திருந்தது. கண்கள் காணும் காவிரியைப் போல் மனத்திரையில் விரிந்திருந்த காவிரியும் வற்றிச் சுருங்கி வெறும் நீரா தாரமாக, உற்பத்திக் காரணியாக, மாநிலங்களின் சர்ச்சைக்குக் காரணமாக மாறி, இப்போது வேறொரு வெளிக்குள் வந்திருக்கிறது.

தண்ணீர் தன் வசம் என்று தெரியச் செய்வது அரசனின் அதிகாரத்துக்கு அடையாளம். ஆறும் மதகும் அணையும் சோழர்களின் கவனத்திலேயே இருந்ததற்கு இப்படிக் காரணம் காட்டுவார்கள். கரிகாலன் காலத்திலிருந்து நேற்றுவரை காவிரிப் பாசனம் அரசின் கையில். நாளைய நிலைமை வேறு. அரசால் பாசனத்துக்கு உறுதிதர இயலாது. முறைப்படுத்தவும் முடியாது. ஆறும் வாய்க்காலும் கன்னியும் பின்னிய காவிரிப் படுகையின் வலைப் பரப்பு வெள்ளத்தையும் தாங்காது, வறட்சிக்கும் உதவாது என்பதாக மாறிக் கொண்டிருக்கிறது. தண்ணீர் தேவையுள்ளவர்களின் மனநிலை தட்டுப் பாடு வரும்போது என்னவோ அதுதானே மேலோங்கும்! மேல்மடைக் காரருக்கும் கீழ்மடைக்காரருக்கும் உள்ளூரில் உள்ள உறவு, இரண்டு மாநிலங்களுக்கு இடையிலான உறவின் அசலான குறுஞ்சித்திரம். இது காவிரிப் படுகை விவசாயிகளுக்கு நன்றாகவே தெரியும். விவரமறிந்தவர்கள் காவிரியை இனி நம்ப முடியாது என்கிறார்கள்.

பிரிக்கவில்லை, குலைத்துவிட்டோம்

ஆற்றில் வரும் தண்ணீர், வாய்க்கால் தலைப்பில் வாய்கூட வைப்ப தில்லை. மிதந்து ஓட மணல் இல்லாததால் தண்ணீர் அறுத்து ஓடி ஆழ மாக்கி ஆற்றைக் குறுக்கிவிட்டது. குறுகினாலும் கொஞ்சமாக வருவதால் தண்ணீருக்கு வாய்க்கால் தலைப்பு எட்டுவதில்லை. மதகுகளுக்குப் பின் புறமும் ஆறு ஆழமாகி, ஓட வேண்டிய தண்ணீர் கிடைத் தண்ணீராக அப் படியே கிடக்கிறது. செப்பனிட முடியாது, பாசன ஏற்பாடு எல்லாவற் றையும் புனரமைக்க வேண்டும் என்று பேச்சு. தமிழில் மாற்றிப்பார்த்தால் ‘‘மறு வாழ்வு’’ என்று பொருள் தரும் ஒரு ஆங்கிலச் சொல்லைப் பாசன அமைப்புகளைச் சரிசெய்யும் பணிக்குப் பயன்படுத்துகிறார்கள். எப்போ தாவது வரும் தண்ணீர் கடைமடையை அடைவதற்குள் முறை மாறி நின்றுவிடுகிறது. மேட்டூரில் தண்ணீர் திறந்து சில நாட்களிலேயே காவிரிப் படுகையில் முறைப் பாசன ஏற்பாடு அமலுக்கு வரும். வாய்க்கால், கன்னி, காவல் என்று கிராமத்தில் பொதுவில் இருப்பது எதுவுமே இப்போது பயன் படாது. தனித்தனியாக துளைக் கேணியிலிருந்து, வாய்க்காலிலிருந்து, ஆற்றிலிருந்து இயன்ற வகையில் வயலுக்குத் தண்ணீர் இறைத்துக்கொள்ள வேண்டும். ஒரே ஊரானாலும் நிலைமையின் நிர்ப்பந்தத்தால் நடவு, விதைப்பு, கோடைப் பயிர், குறுவை, சம்பா என்று தெறித்துச் சிதறிவிட் டது விவசாயம். பொதுவான பாசன ஆதாரமாக இருந்த காவிரி கைகொடுக் காததால், தனித்தனிப் பாசனத்தைத் தேடிக்கொண்டதால் இப்படி ஆயிற்று. ஒரு ஆண்டு இயன்றது மறு ஆண்டு இயலாது. சென்ற ஆண்டு போல் இந்த ஆண்டு நடக்காது. அத்தைக்கத்தை, அவரவர்களாக ஒரு வழி காண வேண்டும். இது ஒரு பக்கம். மறு பக்கத்தில், அவரவர்களாக முன்பு

செய்துகொள்ள முடிந்ததெல்லாம் இப்போது வணிக அமைப்புகள் வசம். எந்தப் பருவம், எந்தப் பயிர் என்று விவசாயத்தை நிர்ணயிக்க முடியாத நிலையில் விதையை இருப்பு வைத்துக்கொள்ள முடிவதில்லை. கடைச் சரக்காக வாங்கிக்கொள்கிறார்கள். இந்த நெற்களஞ்சியம் தனக்கு வேண்டிய அரிசியைத் தானே தயாரிப்பதில்லை என்ற முரண் பலருக்குத் தெரியாது. கிராமத்துக்குக் கிராமம் இருந்த அரவை மில்கள் அநேகமாக அற்றுப்போய் விட்டன. விளையும் நெல் வெளி மாவட்டம் சென்று அப்படியே களைந்து உலையில் போடும் அரிசியாகத் திரும்பிவருகிறது. நாற்று விடவும், நடவுக்கும், அறுவடைக்கும் இயந்திரங்கள். இது விவசாய வேலைகளை வர்த்தகமாக்கி, மையப்படுத்திவிடுகிறது. வண்டி, மாடு, ஏர் எல்லாம் விவசாயிகளுக்குச் சொந்தமாக இருந்ததுபோல் புதிய உற்பத்திச் சாதனங்கள் அவர்களுக்குச் சொந்தமல்ல. நிலவுடைமைக் காலம் கழிந்து அடுத்த கட்டமான முதலாளித்துவத்துக்கு விவசாயம் நகர்கிறது என்பது எளிமைப்படுத்திய விளக்கம். ஒன்றைப் பிரித்துத் திரும்பக் கட்டும்போது வரும் மாற்றங்களாக இவை தெரியவில்லை. தெரிந்தே நாம் பிரித்தவையல்ல இவை. நம்மை மீறிய சக்திகள் குலைத்துப்போட்டவை.

காவிரியை ஆளப் பிறந்தோமா?

காவிரிப் படுகைக்கான திட்டங்கள் அதன் சுற்றுச்சூழலுக்கும் விவசாயத்துக்கும் பொருந்துமா என்று பார்க்க வேண்டும். வயல்வரை புவிஈர்ப்பிலேயே தண்ணீர் ஓடும் சமவெளி இது. காலையில் தண்ணீர் கட்டி வைத்தால் மாலையில் இஞ்சிப்போகும் மண். காய்ந்தால் கலுங்குப்பட்டு எளிதில் சேறாகாது. கோடையில் பாலை, மழைக்காலத்தில் வெள்ளக்காடு. ஊர்களும், நகரங்களும் வெள்ளத்துக்கு ஒண்டிக்கொள்ளச் செயற்கையாகச் செய்த மேடுகள். நஞ்சையில் இங்கு கம்பி வேலிகளைப் பார்த்தால், வயலில் பெரிய இயந்திரங்களைப் பார்த்தால், அவை பாட்டுக்கு இடையில் விழுந்த பொருந்தா ஸ்வரமாகத் தெரிகின்றன. பழமையின் மோகத்திலிருந்து விடுபட இயலாதவரின் ரசனைக் கோளாறு என்று சொல்வீர்களோ? பிற்காலச் சோழப் பேரரசர்கள் கட்டிய பெரும் கற்கோயில்கள் இந்தப் பொருந்தாமையின் துவக்கம். காவிரி தன் போக்கில் கிளை விரித்து, ஓடி, ஊர்ந்து, கிடந்து, சுவறித் தனதாக்கிக்கொண்ட நாடு. காவிரி ஒரு உடைமையல்ல. நாமும், நமது பண்பாடும் அதன் அங்கங்களில் ஒன்று. அங்கமாக இருந்த நாம் விலகி நின்று ஆளப் பிறந்தவர்கள் தங்கள் உடைமையைப் பார்ப்பது போல் அதைப் பார்க்கிறோம். பழைய பண்பாடு இற்றுப்போனதற்கு இது அடையாளம். அணைகளைக் கட்டாமல் தண்ணீரை அதன் போக்குக்கு விட்டிருந்தால் என்ன என்று தோன்றுகிறது. வளர்ச்சியைப் பற்றிய நம் புரிதலும் அதன் போக்குமே மாறுபட்டிருக்கும். அணைகளைக் கட்டி

ஆற்றைச் சிறைபிடிக்கிறோம். கண்ணம்பாடிக்கும், மேட்டூருக்கும் எண்பது, நூறு ஆண்டுகளுக்கு முன்பிருந்தே இங்கு வேண்டிய மதகுகள் ஆங்கிலேயர்களின் அக்கறையால் உருவாகியிருந்தன. ஆற்றின் போக்கில் தலையிட மனிதனுக்கு அவை அதிகம் இடம் தந்திருக்காது. அவை மட்டுமே இருந்தபோது பெரிய கேடு ஒன்றும் வந்ததாகத் தெரியவில்லை. அகத்தியரின் கமண்டலத்தில் காவிரி சிறையிருந்து மீண்டதாகப் புராணம். இப்போதும் சிறைமீண்டு, பொங்கிப், பிரளயமாக வரும். அணைகளின் கதவுகளை எப்போதுமே மூடாதீர்கள்!

14.06.2016

* * * * *

16

உற்பத்தியை அல்ல, உழவரை மையப்படுத்துங்கள்

வானம் பொய்த்துவிட்ட நிலையில் தானும் கைவிடுமோ காவிரி என்றிருக்கிறது இன்றைய நிலை. பெரிய பதட்டம் வந்துவிடாது. தண்ணீர் வந்தால்தான் என்ன வந்துவிடப்போகிறது என்ற மனநிலையில் விவசாயிகள். காவிரிப் படுகையில் விவசாயிகளின் சராசரி நில உடைமை இரண்டு ஏக்கர். ஆண்டுக்கு உங்களுக்கு என்ன மிச்சம் என்று கேட்டால் வைக்கோல்தான் மிச்சம் என்பார்கள். பரிகாசமல்ல, வேதனையை முந்திக்கொண்டு முன்னே வந்து நிற்கும் முறுவல். காவிரிக் கரையின் உணர்வு நுணுக்கமே அந்த விவசாயிகளின் மனத் தெம்பு. கடனாளி விவசாயிகளை அதிகமாக உடைய ஆந்திராவுக்கும், தெலுங்கானாவுக்கும் அடுத்த இடத்தில் இருக்கிறது தமிழகம். தமிழகத்தில் நூற்றுக்கு எண்பது விவசாயிகளுக்கு மேல் கடனாளிகள் என்றால் காவிரிப் படுகையில் இந்த விகிதம் இதற்குக் குறைவாக இருக்க வாய்ப்பில்லை.

ஆண்டுக்கு ஆண்டு மொத்த நெல் உற்பத்தி கூடிக்கொண்டே போவதற்கு இலக்கு வைத்து அதை எட்டிவிடுகிறோம். ஏக்கருக்கு இந்த ஆண்டு இத்தனை மூட்டை விளைச்சல் என்றால் மறு ஆண்டின் கண்டுமுதல் அதைவிடக் கூடுதலாக இருக்கும்படியும் பார்த்துக்கொள்கிறோம். இருந்தாலும், விவசாயிகளின் கடன் சுமையும் மூன்று, நான்கு பங்கு கூடிவிடுவதுதான் எளிதில் புரியாத முரண். நாட்டின் வளம் என்று நிபுணர்கள் காண்பதும், அந்த வளத்தைச் சாத்தியமாக்கும் விவசாயிகளின் நலிவும் ஒன்றாகவே சேர்ந்து நிகழ்வது நமது பொருளாதாரம் சாதிக்கும் விந்தை.

சலித்துப்போன சாகுபடி

கிராமத்தை விட்டுக் குடிபெயர்ந்தவர்களின் மூன்றாவது தலைமுறை நாட்டின் விவசாய வளர்ச்சிக்குத் திட்டமிடும் பொறுப்பில் இருக்கிறது. இந்த நிலைமையில் குறைகாண்பது தர்க்க நியாயத்துக்குப் பொருந்தாத அனுமானம் என்பீர்கள். உற்பத்தியின் உயர்வு உழவனின் வளமாக உருமாறாமலா போகும் என்று திட்டமிடுபவர்கள் அனுமானித்துக்கொள்கிறார்கள். தமிழகத்தில் நெல்விளையும் மொத்தப் பரப்பில் காவிரிப் படு

கையின் தஞ்சை, திருவாரூர், நாகை மாவட்டங்களில் இருப்பது மட்டும் கால் பங்குக்குக் கொஞ்சம்தான் குறைவு. மொத்த நெல் உற்பத்திக்கு இவற்றின் பங்களிப்பு கால் பங்குக்கு மேல். இந்த நெற்களஞ்சியத்தில் விவசாயத்தை சலித்துக்கொள்வதும், அதை வெறுத்துப் பேசும் நிலைமையும் சமுதாயம் மிகவும் கவலைப்பட வேண்டியவை.

காவிரிப் படுகையில் கிராமத்தை விட முடிந்தவர்கள் நகரங்களுக்குக் குடி பெயர்ந்துவிட்டார்கள். சென்றவர்களை ஏதோ பாழுங்கிணற்றிலிருந்து தப்பித்தவர்களைப் போல் கரையேறிவிட்டார்கள் என்று சொல்வது வழக்கமாகவே ஆகிவிட்டது. தென்னை விவசாயிகள் ஆதரவு விலை கோரிப் போராடுகிறார்கள். தங்களைப் பாதுகாக்க எண்ணெய் இறக்குமதியைக் குறைக்கக் கோருகிறார்கள். ஆலைக்கு விற்ற கரும்புக்கு நிலுவைத் தொகை கிடைக்காத அவதி. நெருக்கி ஐயாயிரத்து எண்ணூறு கோடிக்குப் பயிர்க் கடன்களை அரசு தள்ளுபடி செய்திருக்கிறது. இருந்தாலும், எல்லாக் கடன்களையும் எல்லா விவசாயிகளுக்கும் தள்ளுபடி செய்யும்படி கோர வேண்டிய நிலைமை. இடர் களையவும், துயர் துடைக்கவும் இலவசம், மானியம் என்று குறுவைக்கும் சம்பாவுக்கும் தொகுப்புத் திட்டங்கள். உற்பத்தி இலக்குக்காக வகுக்கும் திட்டங்கள் விவசாயிகளைக் கடனிலிருந்து மீட்குமா என்றும் அரசாங்கம் பார்க்க வேண்டும். திட்டங்களில் இப்படி யொரு அக்கறை தென்படவில்லை. உற்பத்தி போதவில்லையானால் அது பொது விநியோகத்தைப் பாதிக்கும். இந்த நெருக்கடி தனக்கு வரக் கூடாது என்பது மட்டுமே அரசாங்கத்தின் முதலும் கடைசியுமான அக்கறை.

பழமைவாதி என்ற அடையாளம் வரும் ஆபத்தையும் பொருட்படுத்தாமல் அரசாங்கத்தின் இன்னொரு அக்கறையைச் சொல்லிவைக்கலாம். உற்பத்தியின் உயர்வுக்கு இலக்கு வைக்கும்போதே கைமாறாமல் உரம், பூச்சிமருந்து, களைக்கொல்லியின் கூடுதலான நுகர்வுக்கும் இலக்கு வைக்கிறார்கள். இவற்றின் நுகர்வு ஆண்டுக்கு ஆண்டு குறைவதற்கு இலக்கு வைத்தால் அது விவசாயிகளைப் பற்றிய உண்மையான அக்கறை.

எட்டாம் வகுப்புப் பாடம்

இது இன்றோ நேற்றோ வந்த நிலைமையல்ல என்று நாம் மறந்துவிடக் கூடாது என்ற உன்னதமான நோக்கத்தோடு எட்டாம் வகுப்புத் தமிழ்ப் புத்தகத்தில் நவீனப்படுத்திய மரியாதை ராமன் கதை ஒன்றைச் சேர்த்திருக்கிறார்கள். தன் நிலத்தைச் சீர்படுத்த உழவர் ஒருவர் நிலச்சுவான் தாரிடம் கடன் வாங்குகிறார். கடன் கொடுத்தவர் கடனைத் திருப்பிக் கேட்கும்போது தான் எழுதிக் கொடுத்திருந்த பத்திரத்தை அந்த உழவர் தந்திரமாக வாங்கி நெருப்பில் போட்டுவிடுகிறார். வழக்கு நீதிமன்றம்

போகிறது. எப்படி சாட்சியம் சொல்ல வேண்டும் என்று நீதிபதி நிலச் சுவான்தாருக்குச் சொல்லிக்கொடுத்து, பத்திரத்தை நிரூபித்து உழவருக்குத் தண்டனையும் தருகிறார். இந்தக் கதை சரஸ்வதி மகால் வெளியிட்ட ஓலைச் சுவடிப் பதிப்பில் இப்படியா இருக்கிறது என்று பார்த்தேன். அங்கே 'நிலச்சுவான்தார்' என்ற கதைப் பாத்திரம் இல்லை. கடன் வாங்கிய நோக்கம் நிலத்தைச் சீர்படுத்துவது என்றும் இல்லை. உழவரின் இடத்தில் குடியானவர் என்று ஒருவர் இருக்கிறார். கதை நடந்த காலத்தில் 'குடியானவர்' என்றால் உழவர்தான் என்று நிச்சயமாகச் சொல்லவும் முடியாது. கதையில் புதிதாகச் சேர்த்த வர்க்கக் கோணத்தை அதன் போக்கில் இந்தத் தமிழ்ப் பாடம் வளர்த்துக் காட்டவுமில்லை. பாடப் புத்தகத்தில் ஒரு கதையைச் சேர்ப்பதும், தவிர்ப்பதுமே ஒரு விமர்சன நோக்கைக் காட்டும். பாடப் புத்தகத்தின் கதையில் உள்ள விவரங்களும் சமகால விவசாயச் சமுதாயத்தின் மீதான சர்ச்சைக்குரிய விமர்சனம். மரியாதை ராமன் கதையை நவீனப்படுத்தி, எப்போதுமே சாமர்த்தியம் செய்யும் கடனாளிகள் விவசாயிகள் என்று படிக்கும் குழந்தைகளுக்குக் கூசாமல் பாடம் சொல்கிறார்கள்.

நமது புரிதலின் போதாமை

கிராமங்களையும், உழவர்களையும் நாம் புரிந்துகொள்வதில் ஒரு போதாமை உள்ளது. விவசாயம் வெறும் தொழில் மட்டுமல்ல, ஒரு வாழ்க்கைமுறை. அக்கரைப் பச்சைக்கு ஆசைப்படுவதுபோல் சிலர் அதற்கு ஆசைப்படுவதற்கும், அதிலேயே இருப்பவர்கள் அதை வெறுப்பதற்கும் இதுவே காரணம். நாற்பது ஆண்டுகளுக்கு முன்பு இருக்கலாம். சென்னைத் தீவுத் திடலில் நடந்த பொங்கல் வணிகக் கண்காட்சிக்குச் சென்றிருந்தேன். கிராமம் என்று எழுதிய பலகையோடு ஒரு இடம் காட்சியாகி இருந்தது. முண்டாசு கட்டி, முழங்கால் அளவு வேட்டி உடுத்தி, குத்துக்கால் வைத்து ஒருவர் உட்கார்ந்திருந்தார். அருகே ஒரு மண் சட்டியைத் துளாவும் பாவனையில் அவரது மனைவி. வைக்கோலைக் கடித்துக்கொண்டு இரண்டு கொம்பு மாடுகள். கரும்புத் தோகையால் கூரை வேய்ந்த குடிசை. கிராமத்தைப் பற்றிச் சமுதாயத்துக்கு உருவாகியிருக்கும் இந்தப் பிம்பமும் ஒரு விமர்சனம். இப்படி ஒன்றைச் சித்தரித்து தன்னை அதற்கு வேறாகக் காட்டிக்கொள்கிறது சமுதாயம். சமுதாயத்தின் ஒரு பக்கம் மற்றொரு பக்கத்தைத் தானே தூக்கிச் சுமக்கும் சுமையாகச் சித்தரிக்கிறது. தன் குழந்தைகளைக் கிராமத்துக்கு அழைத்துவந்து அங்கே முணுக்முணுக்கென்று குடிசைகளில் எரியும் விளக்கைக் காட்ட வேண்டும் என்றார் ஒரு மருத்துவ நண்பர். இருளை விரட்டத் திராணி இல்லாத விளக்குகளும், இல்லாமையை விரட்ட இயலாத மக்களுமே கிராமம்! கிராம மேம்பாட்டுக்கான எத்த

னையோ திட்டங்கள் இந்தப் பிம்பங்களால் உந்தப்பட்டு வடிவமைப்பு பெற்றவையாக இருக்கும்.

வரவும் செலவும்

திருவாரூருக்கும் கிழக்கே, காவிரியின் கடைமடையிலிருக்கும் ஒருவர் விவசாயத்துக்கான செலவைக் கூறினார். எருவடி, புழுதி உழவு, நாற்றங் கால் உழவு, அதற்குச் சேறு குழப்புவது, விதைக் கிரயம், விதைத் தெளி, நடவு வயல் உழவு, வயல் நிரவ, அண்டை போட ஆள் செலவு, நாற்றுப் பறி, நடவுச் சம்பளம், அடி உரம், மேல் உரம், பூச்சி மருந்து, இவற்றுக்கான தெளிப்புக் கூலி, களை துவைப்பு, இயந்திர அறுவடை, தலையாரிச் சம் பளம், தூக்குக் கூலி, வண்டிச் சத்தம், பிறகு கொள்முதல் நிலைய உபரிச் செலவு என்று கமுக்கமாக எழுத வேண்டிய செலவு—எல்லாமாக ஒரு ஏக்க ருக்குப் பதினேழாயிரம் செலவாகிறது என்றார். நல்ல கண்டுமுதல் என் றால் இரண்டு ஏக்கருக்கு ஐம்பத்தேழு கிலோ கொண்ட நாற்பத்தெட்டு மூட்டை அவருக்குக் கிடைக்கலாம். பொருளாதார வல்லுநர்கள் அடுத்த ஆண்டுக்கான செலவைக் கழித்து நிகரத்தைச் சொல்லுங்கள் என்பார்கள். அவ்வாறே அடுத்த ஆண்டுக்கான தரிசுக் கூலிச் செலவு போக அவருக்கு மிஞ்சுவது ஆறாயிரத்துக்கும் குறைவு. இரண்டு மூன்று ஆண்டுக்கு ஒரு முறை உளுந்தோ பயறோ நல்ல கண்டுமுதலானால் அதுதான் சொல்லிக் கொள்ளும்படியான வருமானமாக இருக்கும். ஒரு முறை மருத்துவரைப் பார்க்கச் சென்றால் குறையாமல் நானூறு ரூபாய் செலவாகிறது என்றார் கணக்குச் சொன்ன விவசாயி. இந்தச் செலவோடு அவரது வருமானத்தை ஒத்துப்பார்த்துக் காவிரிப் படுகை விவசாயிகளின் வாழ்க்கைச் சுகத்தை நீங் களே அனுமானியுங்கள். இவ்வாண்டு இதுவரை வராத தண்ணீர் இனி மேல் வந்தாலும் நிலமில்லாத் தொழிலாளிக்கு முழுமையாக ஐம்பது நாள் வேலை கிடைப்பது அரிது. ஒரு விவசாயியும் அடுத்த ஆண்டுக்கான தரிசுக் கூலியைத் தனியாக வைத்துக்கொள்ள முடிவதில்லை. அதற்கு விவசாயக் கடன் என்று கவுரவமான பெயர் பெற்றிருக்கும் கடன் வாங்க வேண்டும்.

உழவரை மையப்படுத்துங்கள்

விவசாயச் செலவை ஆராய்ந்து, கொள்முதல் விலையை நிர்ணயிக்கும் இந்திய ஆணையம் இந்த ஆண்டுக்கு நெல் விலையைத் தாராளம் காட்டி கிலோவுக்கு அறுபது பைசா உயர்த்தியுள்ளது. தீவிரச் சாகுபடி வந்தது. பிறகு அதுவே இயந்திரமயமானது. இரண்டும் நாட்டின் மொத்த உற்பத் தியை உயர்த்தியது உண்மைதான். ஆனால், ஒரு வாழ்க்கைமுறையாக இருந்த விவசாயத்தின் தன்மையும் மாறியது. அந்த வாழ்க்கைமுறையின் மையக் கூறாக இருந்த விவசாயிகளின் தற்சார்பும் முற்றாக அழிந்தது.

விதை, உரம், களைக்கொல்லி, பூச்சி மருந்து, வண்டிச் சத்தம் என்று ஒன்று விடாமல் எல்லாவற்றுக்கும் ரொக்கம் கொடுக்க வேண்டும். இப்போது வண்டி ஏது? மாடு ஏது? எருக்குழிதான் ஏது? விளையும் நெல்லையும் விற்றுவிட்டு அரிசியாக வாங்குகிறார்கள். விவசாயத்துக்கான அரசின் திட்டங்களும், செலவினங்களுமே தங்கள் தன்மையை மாற்றிக்கொண்டன. பாசனம், வடிகால், மதகு போன்ற பொதுச் சொத்துகளை உருவாக்கும் செலவுக்குக் கைவிரித்துவிட்டுத் தனி விவசாயிகளை உதிரிஉதிரியாக ஊக்குவிக்க நிதி ஒதுக்குகிறார்கள். இப்படியான நிதி நிர்வாகத்தின் நன்மை தீமைகளைச் சமுதாயம் ஆராய்ந்து பார்க்க வேண்டும்.

சுற்றுச்சூழலைக் கருதி, காவிரிப் படுகையைப் பாதுகாக்கப்பட்ட விவசாயப் பகுதியாக அறிவிக்கக் கோருகிறார்கள் விவசாயிகள். 1986 வாக்கில் காவிரிப் படுகை மேம்பாட்டுக்காகத் தனி ஆணையம் உருவாகப்போவதாகச் செய்திகள் வந்தன. மாவட்ட நிர்வாகங்களும், மாநிலத் துறைகளும் செய்துவரும் பணிகளைத் தானே செய்யும் இவ்வகை ஆணையம்பற்றி இன்றைக்காவது சிந்திக்கலாம். உற்பத்திக்கு இலக்கு வேண்டியதுதான் என்றாலும், உழவரை மையப்படுத்தும் திட்டங்களும் வேண்டும். 1938இல் விவசாயிகளின் கடன்களை ரத்துசெய்து ராஜாஜி ஒரு சட்டம் செய்தார். 1976இலும் ஒரு சட்டம் வந்தது. அப்போதுபோல் இப்போதும் கடன் சுமையிலேயே நெரிந்துபோகிறார்கள் விவசாயிகள். நடுத்தர விவசாயிகள் கூட நடவுக் காலத்தில் பண்டம் பாத்திரங்களை அடகு வைத்துப் பார்த்திருக்கிறேன். உழவர்கள் நலியநலிய, உற்பத்தி பெருகுவதில் என்ன மகிழ்ச்சி?

09.09.2016

* * * * *

17

மானாவாரியான சோழநாடு

செல்லும்போதெல்லாம் எல்லாரையும் விசாரிப்பது போலவே சென்னை நண்பர்கள் என்னையும், ''ஊரில் மழை, தண்ணீரெல்லாம் எப்படி?'' என் பார்கள். காவிரிப் படுகையில் இருக்கும் எனக்கு அப்போதெல்லாம் இந்த விசாரிப்பு பொருத்தமாகப் படாது. நான் என்ன வானம்பார்த்த பூமியி லிருந்தா வந்திருக்கிறேன் என்று தொனிக்கும்படியாக, ''மழையை எதிர் பார்ப்பதில்லை. எங்களுக்குக் காவிரிப் பாசனம்!'' என்று சொல்வேன். காவிரிப் படுகையின் இன்றைய நிலைமை அவர்களின் கேள்வியைப் பொருத்தமாக்கிவிட்டது!

ஆற்றையல்லவா இழந்தோம்!

முப்பது ஆண்டுகளாகவே நிலைமை மோசமாகிவருகிறது. நகரங்களில் சந்தித்துக்கொள்ளும் விவசாயிகள் அப்போதெல்லாம், ''நடவு ஆயிற்றா?'' என்று கேட்டுக்கொள்வார்கள். பின்னாட்களில் ''நடவா?, தெளியா?'' என்பார்கள். இப்போது, ''தெளித்தது ஏதாவது முளைத்ததா?'' என்று கேட்கி றார்கள். தெளிப்பது நடவுக்கு ஒரு மாற்றாக மெல்ல நுழைந்து, நடவே இப்போது இல்லாமல்போய்விட்டது. ஒரு வரியில் சொல்வதானால், சோழ நாடு மானாவாரியாகிறது.

ஆய்வறிக்கைகளோ 'நீர்ப் பற்றாக்குறை', என்று உணர்வுகளைக் கழுவிக் களைந்துகொண்ட கலாசாலைகளின் ஆய்வுக் கட்டுரை மொழியில் பேசுகின்றன. உரிமை, உரிமை மறுப்பு அல்லது நீர், நீரின்மை என்ற இரு மைக்குள்ளேயே சொல்லாடலை முடக்கும் மொழி. காவிரி என்ற ஆற்றை இழப்பதும் நீரைப் பறிகொடுப்பதும் ஒன்றுதானா?

ஆற்றின் ஆயக்கட்டு மானாவாரியாக மாறினால் அது பொருளாதாரக் குலைவோடு நிற்காது. அதற்கான மாற்றங்கள் எல்லாமே மண்டிவந்து பண்பாட்டின் எல்லாக் கூறுகளையும் வளைத்துக்கொள்ளும். ஆற்றின் புதுப் புனல் கொண்டுவந்த வண்டல் வளத்தைக் கிணற்று நீர் தருமா? நீலத்தநல்லூருக்கு வடக்கிலிருந்து கொள்ளிடத்தைக் கடந்தும், தெற்கில் ஆவுடையார்கோயிலுக்கு அப்பாலிருந்தும் விவசாயத் தொழிலாளர்களை

அப்போது வருந்தி அழைத்துவருவார்கள். புரட்டாசி, ஐப்பசியிலும் காவிரிப் படுகையில் உள்ளவர்களே இப்போது வேலைக்கு அலைவதைப் பார்த்து அதிர்ந்துபோகிறோம்.

மறையும் மனித வளம்

மனித வளமாகச் செழித்திருந்த கைத்திறனும் மறைந்துபோகும் வேலையோடு மறந்தேபோகும். இடது கையில் நாற்று முடி. வலது கை விரல்கள் நாற்றைக் கிள்ளுவதும் தெரியாது, சேற்றில் ஊன்றுவதும் தெரியாது. இமைக்கும் நேரத்தில் மண்ணை மயிலப் பச்சையாக மூடிவிடுவார்கள் பெண்கள். இன்று அரிவாள் மூக்கால் கிளறி, புஞ்சைபோல் களையெடுக்கப் பொன் விளைவித்த அந்த விரல்கள் புதுத் திறமை பழக வேண்டும்.

எங்கிருந்தோ வரும் ஒட்டர் குடும்பங்கள் ஆண்டு தவறாமல் ஆறு, வாரி, வாய்க்கால் என்று அதனதனைத் தூர்வாரிக் கரைகட்டினார்கள். தூங்கும் சிசுக்களை மரங்களின் கிளைகளில் தூளிகட்டி உறங்கவிட்டு, வெட்டுக் கூடைகளில் பறந்துபறந்து மண்ணைச் சுமந்து பிலுப்புவார்கள். இந்த மெய் வருத்தத்துக்கான பயன் மறைந்துகொண்டிருக்கிறதே! மண்ணின் தன்மையோடு மனிதர்களின் தன்மையுமே மாறிப்போகும். புல்லும் பூண்டும்தான் எத்தனை வகைகள் இல்லாமல் போகும்!

காவிரிப் படுகையின் சேற்றில் உழைக்கவே பிறந்தது உம்பளச்சேரி மாடு. சேற்று உழவே இல்லாமல் அதன் தேவை சுருங்கச்சுருங்க, அந்த வகை மாடு கண்ணில் படுவதில்லை. எங்காவது கண்டால் இல்லாமல்போகப்போகும் பழங்குடியாகிவிட்டாயே என்று அதன் முகத்தைப் பார்த்துக்கொண்டே நிற்கிறேன்.

காவேரிக் கல்யாணம்

காவேரிக் கல்யாணம் என்று ஒரு நாட்டிய நாடகம். நாடகத்தை எழுதிய தஞ்சை சகஜி மன்னன் முன்பாக மூன்று நூற்றாண்டுகளுக்கு முன்பு, ஒரு பதினெட்டாம்பெருக்கு நாளில், இதை ஆடியிருக்கிறார்கள். காவிரிக்கும் கடலரசனுக்கும் அகத்திய முனிவர் திருமணம் செய்துவைப்பதாகக் கதை. தண்ணீருக்கு வாய்த்த பள்ளம்போல் காவிரிப் பெண்ணுக்கு வாய்த்த பிள்ளை கடலரசன் என்று இந்த சம்பந்தத்தைப் பாடுகிறது நாடகம். கரை நெடுக நீராடுதுறைகளும், சந்தியா மண்டபங்களுமாகச் சிந்தை நிறைந்த காவிரி ஒரு நாடகத்துக்குத் தானே கதையானது. காவிரி பெருகியதோ, கலைகள் பெருகியதோ என்று, எப்படி வளர்ந்திருந்தன பாட்டும், பரதமும்!

காவிரியின் கடைமடை

ஆடி கழிந்தது. ஆவணியும் சென்றது. புரட்டாசியும் போகவிருந்த வாரம் பூம்புகாருக்குச் சென்றேன். காவிரி கடலோடு சங்கமிக்கும் இடத்துக்குச்

சற்று முன்பு ஒரு மதகு. அதன் பலகைகளை இறக்கினால் இடமும் வலமு மாகப் பிரியும் வாய்க்கால்களில் தண்ணீர் ஏறும். சம்பாபதி என்ற தெய்வம் அங்கே காவிரியை வரவேற்று 'என் பெயரால் வழங்கிய இந்த நகரம் இனி உன் பெயரால் வழங்கட்டும்' என்று வாழ்த்தியதாக மணிமேகலை சொல் கிறது. மேட்டூரில் தண்ணீர் திறந்து அன்று இருபத்து நான்காவது நாள் ***(13.10.2016).*** முறைப் பாசன ஏற்பாட்டில் காவிரியின் முறை கல்லணை யில் முடிந்த மறுநாள்தான். இருந்தாலும், தண்ணீர் வந்து நனைந்ததற்கான அடையாளம்தான் இருந்தது.

முதல் நாள் தஞ்சாவூர், தென்பெரம்பூர், வெட்டாறு தலைப்பு வழியா கக் கல்லணைவரை சென்றேன். அது காவிரிப் படுகையின் செம்பாதியான வெண்ணாற்றுப் பாசனப் பகுதி. துளைக்கிணற்று நீரால் விரல் விட்டு எண்ணும் இடங்களில் குறுவைச் சாகுபடியாகி அறுவடை முடிந்திருந்தது. நாற்றோ, நாற்றுப்பறியோ, சேற்று உழவோ கண்ணுக்குப் படவில்லை. எல்லா இடங்களிலும் புழுதியாக உழுது விதையைத் தெளித்துவிட்டு வானத்தைப் பார்த்துக்கொண்டிருந்தார்கள்.

பார்க்கக் கிடைக்குமோ இனி?

இரண்டு நாட்கள் கழித்து கொள்ளிடத்தில் கீழணை இருக்கும் அணைக் கரைவரை சென்றேன். காவிரிப் படுகையின் கிழக்கில் பேரளத்துக்கு வடக் கிலும், மேற்கில் குடந்தைக்கு வடக்கிலும் துளைக்கிணறு உள்ள இடங்களில் மட்டும் நாற்றுப்பறி, நடவு என்று நடந்துகொண்டிருந்தன. இனிமேல் இவை பார்க்கக் கிடைக்காதோ என்று ஏக்கமே வந்துவிட்டது. மண்ணோடு மலர்ந்திருந்த மனித அனுபவமே திறவாக் கதவாகச் சரேலென்று மூடிக் கொண்டதுபோல்! ஆற்றை இழந்தால் இப்படி ஆகுமோ?

மேட்டூரில் தண்ணீர் திறந்து அன்று இருபத்து ஆறாவது நாள். எண்பத் தெட்டு அடியாக இருந்த மேட்டூர் நீர்மட்டம் அறுபத்தேழு அடியாகவும், ஐயாயிரம் கோடி கன அடியாக இருந்த நீர், மூவாயிரம் கோடி கன அடியாகவும் குறைந்திருந்தது. நீர் மட்டம் இருபது அடி இறங்கி, இரண் டாயிரம் கோடி கன அடி நீர் செலவாகியும் வெங்கார் பாயக்கூட வயலுக்குத் தண்ணீர் வரவில்லை.

மும்முனைப் போராட்டம்

சிக்கனத்துக்காக முறைப் பாசனம், உள்முறை என்று ஏற்பாடு. மூன்று வாரம் காத்திருந்து ஏமாற்றமடைந்த விவசாயிகள் முறை வைக்காமல் தண்ணீர் கேட்டு ஆர்ப்பாட்டம் நடத்தினார்கள். கொள்ளிடம் பகுதியில் மழை வேண்டித் திருவருட்பா அகவல் பாராயணம் செய்தார்கள். ஆறுகள் இருக்கும் நிலையில் அவை வழக்கமாக வாங்கும் அளவுக்கு மேல் தண்ணீர்

திறந்தால்தான் வாய்க்காலுக்கு வரும் என்று விவசாயிகள் சரியாகக் கணித் தார்கள். காவிரிப் பகுதி கட்டுமானங்களைச் சீரமைக்க வேண்டும் என்று ஓய்வுபெற்ற தலைமைப் பொறியாளர் ஒருவர் கூறினார். மேட்டூர் திறந்து ஆறு நனைந்ததுதான் மிச்சம். அக்டோபர் முதல் வாரத்தில் ஒன்றும், இரண்டாவது வாரத்தில் ஒன்றுமாகப் பெய்த மழைதான் வெண்ணாற்றுப் பகுதி விதைப்பைக் கொஞ்சம் முளைக்கவைத்தது. ஆக, விவசாயிகள் ஒரு மும்முனைப் போராட்டத்தில் இருக்கிறார்கள்—கர்நாடக அரசோடு, மத்திய அரசோடு, நமது முறைப் பாசன மேலாண்மையோடு!

மேட்டூரில் தண்ணீர் திறந்தால் கல்லணையில் காவிரியை வரவேற் கிறோம். சம்பாபதி தெய்வம் காவிரியை வரவேற்றது போலவே பூம்புகாரில் காவிரியை வரவேற்பது இன்னும் பொருத்தமாக இருக்கும். இன்னொரு விழாவுக்காக இதைச் சொல்லவில்லை. இப்படிச் செய்தால் நமது நீர் மேலாண்மையின் திறமும் நமக்குத் தெரியவரும் என்பதற்காகச் சொல் கிறேன்.

முறுகி முதிர்ந்த காவிரிக் கரையின் பண்பாடு இப்போதிருக்கும் இட ருக்கும் வழிகண்டு மீண்டுவிடாதா? காவிரியை நீராகச் சுருக்காமல் ஆறா கவே பார்க்க மாட்டோமா? கர்நாடகாவின் காவிரிக் குடும்பத்திடம் நீரை மட்டுமல்ல, நமது ஆற்றையும் கேட்க மாட்டோமா?

27.10.2016

* * * * *

18

வானத்தின் கீழேதான் வாழ்கிறோம்

சிதம்பரத்தை வீராணம் ஏரியின் தயவு என்பார்கள். வீராணம் உடைப் பெடுத்தால் சிதம்பரம் நகரைத் தடவிக்கொண்டு கடலுக்குச் சென்று விடும். இப்போது நடந்ததைப் பார்த்தால் தென் சென்னையைச் செம் பரம்பாக்கம் எரியின் தயவு என்று சொல்ல வேண்டும். டிசம்பர் ஒன்றாம் நாள் (01.12.2015) செம்பரம்பாக்கம் ஒன்றிரண்டு இடங்களில் உடைத்துக் கொண்டிருந்தால் என்ன நடந்திருக்கும்? நினைக்கக் குலை நடுங்குகிறது. தடம் பார்த்துக் கடந்த வெள்ளமாக இருக்காது. நீரால் ஆன மதிலாகத் திரண்டுவந்திருக்கும். மேலைக் கடல் ஒன்றின் ஆழிப் பேரலையாக வந்து அடித்துச்சென்றிருக்கும். அடையாற்றின் கரைபுரண்ட வெள்ளமே இந்த அழிமானத்தைச் செய்திருக்கிறது. வீடுகள் வேகத் தடைகளாகி வெள்ளத் தைத் தணித்திருக்கின்றன. பெருகிப்பெருகி, குறுக்காகப் பொழிந்துகொண் டிருந்த வெள்ளம் சைதாப்பேட்டைப் பாலத்தைச் சேதப்படுத்தாமல் சென் றது ஆச்சரியம். கழிமுகத்தின் நெருக்கத்தில் எவ்வாறோ வெள்ளத்தின் வேகம் நிதானப்பட்டிருக்க வேண்டும்.

இழப்பில் ஒரு லாபம்

அவர் இவர் என்று பார்க்காத வெள்ளம். அச்சம் அறியாதவர்களுக்கும் அச்சத்தைத் தந்தது. பசியைப் பார்க்காதவர்களுக்குப் பசியைக் காட்டியது. எல்லாரையும் தண்ணீருக்குத் தவித்திருக்க வைத்தது. கேளாமலே தருவதற்கு ஒரு தாராளம் வந்தது. கேட்டுப் பெறுவதற்கு ஒரு எளிமை வந்தது. இது போன்ற நேரத்தில் வழக்கமாகக் கிராமங்களில் காணும் திறமையும், கல் லாமலே கைவந்திருக்கும் துணிவும் இதுவரை ஒளிந்துகொண்டிருந்தவை போல் சென்னை மக்களிடமிருந்து வெளிப்பட்டன. புணைகளைக் கட்டி மிதந்திருக்கிறார்கள். கப்பல் கவிழ்ந்து அந்தரமான தீவில் கரையேறியவர் களைப் போல் நீரின்றி, நெருப்பின்றி, உணவின்றி உயிர்வாழப் பழகியிருக் கிறார்கள். உயிருக்கு உயிர் காட்டும் பரிவும், பற்றும் அவர்கள் அறியாம லேயே மக்களை ஆக்கிரமித்தன. உதவிக்கு ஓடிவந்த வெள்ளை உள்ளங் களின் வெளிச்சத்தில் வெள்ளத்தால் வந்த இருளும் வெட்கிப்போனது.

இத்தனை பொருளிழப்பிலும், உயிரிழப்பிற்கிடையிலும் ஒரு ஆத்ம லாபம் வந்தது என்றுதான் சொல்ல வேண்டும்.

1977ஆம் ஆண்டு, புயலோடு வந்த மழையால் காவிரிப் படுகையில் வெள்ளமும் வந்தது. வழக்கமாகவே எல்லாம் வயல் சூழ்ந்த கிராமங்கள். இப்போது வெள்ளமும் சூழ்ந்துகொண்டது. எங்கள் கிராமம் இருப்பது ஆற்றங்கரை. மண்ணெண்ணெய் கிடைக்குமா என்று சாலையின் குறுக்கே விழுந்துகிடந்த மரங்களைத் தாண்டித்தாண்டி எட்டு கிலோமீட்டர் நடந்து நகரத்துக்கு வந்தேன். மண்ணெண்ணெய் கிடைக்கவில்லை. திரும்பி வரும் போது முன்னிருட்டு. கரையை விட்டுத் தள்ளி நின்ற உள்கிராமங்களி லிருந்து ஒரே கூச்சலும் கூப்பாடும். கிராமங்களை விட்டு மக்கள் வெளி யேறிக்கொண்டிருந்தார்கள். பாயோடு சுருட்டிய துணிகள் தலையில். கைக் குழந்தைகள் பெண்களின் இடுப்பில். வளர்ந்த குழந்தைகள் ஆண்களின் தோளில். கையில் பிடித்தபடி மாடுகளும் கன்றுகளும். முதல் நாள் புயல் பிய்த்து வீசிச் சென்ற பச்சை மட்டைகளை முடைய நேரமில்லாமல் அவசரமாகத் தெத்தி, அகப்பட்டதைக் கொண்டு சாலையில் குச்சி கட்டிக் கொண்டிருந்தார்கள். திருச்சிக்கு மேற்கே நீரிடி விழுந்ததாகச் செய்தி. காவிரி கரைபுரண்டு புனித சூசையப்பர் கல்லூரிக்குள் புகுந்திருந்தது. உடைப்பு, வெள்ளம் என்று புரளியும் செய்தியுமாகக் கலந்து வந்தன. அல் லோலகல்லோலத்தை அன்றுதான் பார்த்தேன்.

பூமியின் புதல்வர்கள்தான்

கிராமங்களில் அடுக்கடுக்காகக் குறடுவைத்துக் கட்டி, ஓடு வேய்ந்த சாவ டிக் கட்டடங்கள் உண்டு. தரைக்கு மேல் மூன்று, நான்கு அடி உயரத்தில் விசாலமான குறடு. அதற்கு மேல் உள்ளடங்கினாற்போல் அடுத்த குறடு. அதற்கும் உள்ளடக்கமாக மூன்றாவது குறடு. அதன் மையத்தில் ஓர் அறை. எல்லாவற்றையும் மூடிக்கொண்டு பிரமிடு போல் ஓட்டுக் கூரை. பண்டம் பாடிகளை இந்த அறைக்குள் போட்டுப் பூட்டி, இரண்டு நபர்களைக் காவலுக்கு வைத்துவிட்டுக் கிராமத்தைக் காலி செய்துவிட்டார்கள். அங்கே தங்கியிருந்தாலும் கீழ்க்குறடு மட்டத்துக்குத் தண்ணீர் வந்தால் அடுத்த மேல் குறட்டுக்கு ஏறிக்கொள்ளலாம். சென்னை அடுக்ககங்களில் இப்படித்தானே நடந்தது!

மகப்பேறு காலத்தில் மகளிருக்கு வலியெடுத்தால் வழக்கமாகவே கயிற் றுக் கட்டிலில் படுக்கவைத்துத் தூக்கிக்கொண்டு, வரப்பில் நடந்து, மருத் துவ வசதியுள்ள இடம் செல்ல வேண்டிய கிராமங்கள் இருந்தன. வெள் ளம் வந்த காலத்தில் இந்த நிலைமை எப்படி ஆகியிருக்கும் என்று சொல்ல வேண்டாம். பின்னர் ஒருமுறை ஆறு உடைப்பெடுத்து திடீரென வெள் ளம் கொண்டபோது தப்பிக்க மரங்களில்கூட ஏற முடியவில்லை. மனிதர்

களுக்கு முன்பே மரத்தில் ஏறியிருந்த பாம்புகள் அடையாகக் கிளைகளில் அப்பியிருந்தன. தண்ணீரில் ஒரு குச்சி தலை நிமிர்ந்து நின்றாலும் தேளும் பூரானும் எறும்புமாக அதைப் பற்றிக்கொண்டிருக்கும். மரமோ எல்லா ஜீவன்களுக்கும் புகலிடமாகியிருந்தது. கரை உடைந்த பக்கம் ஆற்றோரத்தில் வசித்தவர்கள் கைப்பற்றாக மாடுகளைப் பிடித்து நீந்தி இக்கரைக்கு வந்தார்கள். இவை எல்லாவற்றையுமே இடத்தாலும், காலத்தாலும் உண்டான மாற்றங்களுடன் மேலும் தீவிரமாகச் சென்னை வெள்ளம் கண்ணுக்கு முன் காட்டிவிட்டது. கடந்தகாலமானாலும் நிகழ்காலமானாலும் நாம் எப்போதுமே இந்தப் பூமியின் மைந்தர்கள்தான். வானத்தின் கீழேதான் வாழ்கிறோம்.

மழையை மறைத்த வெள்ளம்

மழையைத்தான் சமுதாயம் எப்படியெல்லாம் சித்தரித்தது! அச்ச உணர்வுகளின் வண்ணத்தைப் பூசி ‘பேய் மழை’ என்றோம், ‘பிரளயம்’ என்றோம், ‘கொட்டித் தீர்த்தது’ என்றோம், மழையின் ‘கோர தாண்டவம்’ என்றோம். உணர்வுச் சாயத்தைக் கழுவித் துடைத்த அறிவியல் சொற்களால் ‘தொடர் மழை’, ‘தொடர் கன மழை’, ‘அதி கன மழை’ என்றெல்லாம் சொல்லிவிட்டோம். மின்னஞ்சலில் நண்பர் எஸ். வி. வேணுகோபாலன், மனிதத்தைக் காட்டிய ‘‘மாமழை’’ என்றார். சிலப்பதிகாரத்தின் மங்கல வாழ்த்து நினைவுக்கு வந்தது. ‘‘மாமழை’’ பெருமழையாகவும் இருக்கும், பெருமை படைத்த மழையாகவும் இருக்கும். பெய்ந்தும் கெடுக்கும் காய்ந்தும் கெடுக்கும் என்பது எப்போதுமே மழையின் தன்மை. திருப்பன்கூரில் அப்போது பூமி மழையையே மறந்து வயல் நீரற்றுப்போனது. மழை வேண்டி சிவனுக்குப் பன்னிரண்டு வேலி நிலம் வாக்களித்தார்கள். பெய்த மழையோ மாமழையாகப் பெய்தது. மீண்டும் பன்னிரண்டு வேலி நிலம் நேர்ந்துகொண்டு பெருவெள்ளத்தைத் தவிர்த்தார்கள். இந்தச் செய்கையைக் கண்டு உன் திருவடியடைந்தேன் என்று சிவனைப் பாடுகிறார் சுந்தரர்.

வெள்ளங்கள் எத்தனை! வறட்சிதான் எத்தனை! அத்தனையிலிருந்தும் தமிழகம் மீண்டுதான் வந்தது. ஒரு பக்கம் வெள்ளம் வந்த நேரத்திலும் நெல்லை மாவட்டத்தில் ஒரு பகுதி வறட்சியில் காய்கிறது என்று எழுதுகிறார் டி. எல். சஞ்சீவி குமார். மனிதத்தைக் காட்டிய அதே மழையில் மாற்றத்துக்கான மறுசிந்தனையும் முளைத்திருக்கிறது. மாற்றம் குப்பைப் பிரச்சினையிலிருந்து துவங்க வேண்டும் என்று சரியாகத்தான் எழுதினார் சமஸ். குப்பையின் பின்னே ஒரு குடிமைச் சமூகத்தின் கலாச்சாரம் இருக்கிறது என்று எழுதினார். இன்று வேகமான நகர வளர்ச்சியையும், பெருநகர விரிவையும் பற்றி ஒரு மறுசிந்தனை. பார்க்கும் இடமெல்லாம் ஈர்க்குக் குத்த இடமில்லாமல் வீடுகள். வெள்ளம் நம்மைச் சூழ்ந்ததா, நமது பெரு

நகரந்தான் அதைச் சிறைவைத்ததா என்று தெளிவாகத் தெரியவில்லை. சாலையை நடுவகிடாகப் பிளந்து செல்லும் சுவர்கள்கூட நீரோட்டத்தைத் தடுத்து, வெள்ளம் பல்லிடுக்கு வழியாகச் செல்லும் வேகத்தில் சென்றது. மயிலையும், மாம்பலமும், மந்தைவெளியும், அல்லிக்கேணியும், ஆழ்வார் பேட்டையும் ஒன்றாக இழைந்ததுபோல் எல்லாமே இழைந்து மொத்தப் பெருநகரமாகாமல் அதுவும் அதுவுமாகவே இருந்திருந்தால் இப்படி ஆகாதோ என்று ஒரு சிந்தனை. விரைவிலேயே நம்மில் மூன்றில் இரண்டு நபர்கள் நகர்ப்புறங்களில் இருப்போம் என்ற நிலையில் இந்தச் சிந்தனை வலுக்கிறது.

குச்சிக் கால்களை நீருக்குள் வைத்துக்கொண்டு நிற்கும் அடுக்ககங்களுக்கு எப்படிப்பட்ட தொழில்நுட்பம் வேண்டியிருந்திருக்கும்! ஆனால் வல்லுநர்கள் மேடு பள்ளம் கணிக்கவில்லை. நீரோடும் வாட்டம் எது, வெள்ளங்கொள்ளுமா, தண்ணீர் தேங்குமா என்றும் கணிக்கவில்லை. ஒரு தலையாகவே வளர்ந்திருக்கிறது தொழில்நுட்பம். பூமியையும், வானத்தையும் தெரிந்துகொள்ளாமல் இருப்பதற்கு எதையெல்லாம் செய்ய வேண்டுமோ அதையெல்லாம் செய்து அவற்றுக்கு அந்நியமானோம்.

நினைத்த நேரத்தில் பொத்துக்கொண்ட வானமாகக் கொட்டும் மழை. ஒரு பழமொழி, வானத்துக்குக் கீழே இருப்பவன் மழைக்குப் பயப்படலாமா? என்று கேட்கிறது. நமக்குத் துணிவு இருக்கிறது. திறனும் இருக்கிறது. பயப்படுவதற்கு ஏதும் இல்லை. துயரேதும் இல்லை. சென்னை மீண்டுவிடும். ஆனால் துணிவின் அடிப்படை எதுவாக இருக்க வேண்டும்? அப்படியும்இப்படியுமாக அசைந்து, நிலைமையை அனுசரித்ததுபோல் நாம் நகர்ந்துகொண்டே, நாட்களையும் நகர்த்திக்கொண்டே இருக்கலாம். இந்தத் திறமைதான் துணிவின் அடிப்படையா? பழமொழி இந்தத் துணிவைத்தான் சொல்கிறதா? வானத்தின் கீழேதான் வாழ்கிறோம் என்ற ஒரு ஞானம் உண்டு. ஒரு அங்கீகாரத்தில், பூமி என்ற கோளில் மனிதனுக்குள்ள நிலையை நாமாகவே ஏற்பதில் பிறக்கும் ஞானம். அது வாழ்க்கையை மாற்றும். மனிதனின் கலாச்சாரத்தை மாற்றும். அதுவே அவனது மதமாகவும் விரியும். வானத்தின் கீழே வாழ்கிறோம் என்ற ஞானம்தானே நமது துணிவின் அடிப்படையாக இருக்க வேண்டும்!

21.12.2015

* * * * *

19

ஐயனார் குதிரையும் அழகுணர்ச்சியும்

யதார்த்தத்தில் வந்த மோகம் கெடுத்ததுபோல் வேறெதுவும் நமது ரசனையைக் கெடுக்க முடியாது. ஐயனார் கோயிலின் அண்மைக் காலத்துக் குதிரைக்கு இணையாக இந்த ரசனைக்கேட்டுக்கு வேறு அடையாளம் காணவும் முடியாது. சிவன் கோயில் நந்தி அசல் மாடாகப் படுத்திருக்க வேண்டும். காளி கோயில் சிம்மம் மீசை, முடியோடு காட்டிலிருக்கும் சிங்கமாகவே இருக்க வேண்டும். தெய்வங்கள் எல்லாம் ஆணையும், பெண்ணையும் எதிரே பார்ப்பது போலவே இருக்க வேண்டும். யதார்த்தப் பித்து எங்கெங்கோ ஊடுருவி, எதையெதையோ ஆக்கிரமித்துக்கொண்டது.

நிஜ உலகின் சள்ளை

ஐம்பது ஆண்டுகளுக்கு முன்பு ஒரு ஐயனார் கோயிலைப் பார்த்திருக்கிறேன். மனிதர்கள் கை பட்டு ஒரு சுள்ளி ஒடியாத காடு. மரங்களில் அரிவாள் வெட்டு அடையாளமே இருக்காது. தானே வளர்ந்து, நெருங்கி முறுக்கிக்கிடந்த மரங்களும் கொடிகளும். வண்டிச்சோடு அகலத்துக்கு ஒதுக்கிவிட்ட பாதை நீண்டுநீண்டு கோயில் வாசலில் முட்டி நிற்கும். கோயிலுக்குப் பின்னால் குளமோ, குட்டையோ என்று சொல்லின் துல்லியத்தை மீறிய நீர்நிலை. பாதையின் இடத்திலும் வலத்திலும் பத்திபிடித்து நிறுத்தியிருந்த நூறு நூறு மண் குதிரைகள் காட்டுக்குள்ளிருந்து முண்டி நெருக்கிக்கொண்டு எட்டிப்பார்த்தன. விரைத்த காதுகளோடு, நிமிர்ந்த கழுத்தை வளைத்து நெஞ்சடியைப் பார்த்தவாறு, பல் தெரியக் கனைத்துக் கொண்டு நின்றன. காலத்தில் உறைந்துபோன ஓசைபோலக் கற்பனையாக மட்டுமே காதுக்கு எட்டும் கனைப்பு. அரவமில்லாமல் மொசுமொசு வென்று ரகசியம் பரிமாறும் அவற்றின் கண்களைக் கடந்து நடக்கநடக்க ஒரு அச்சம் நம்மைக் கவ்விக்கொள்ளும். ஆறு மாதங்களுக்கு முன்பு அதே கோயிலுக்குச் சென்றிருந்தேன். கம்பி வைத்துக் கட்டிய கால்களோடு கான்க்ரீட் குதிரைகளை நிறுத்தியிருந்தார்கள். நிஜமான குதிரையின் பரிமாணங்களோடு, கால் குளம்பும், புடைத்துக் கிளைத்த நரம்புமாக வெண் புரவியின் வண்ணத்தோடு நின்றன. அசலான குதிரையாக இருக்க முயல்

வது சகிக்க முடியாத பசப்பாகப் பட்டது. வேறு உலகமாகவே இருந்த ஐயனார் கோயிலில் இந்த கான்க்ரீட் குதிரைகள் ஊடுருவிவந்த நிஜ உலகின் சள்ளையாக இருந்தது.

குதிரை அப்படியிருந்தால் உங்களுக்கு ஏன் ஆகாமல் போகிறது என்று கேட்கலாம். ஏழு மலை, ஏழு கடல், ஏழு காடு, அதற்கு அப்பால் ஒரு நாடு. அதற்கு ஒரு ராஜா. அவருக்கு உயிருக்கு உயிராக இருந்த ஒரேயொரு ராஜ குமாரி. இப்படி இருந்த கற்பனை சாமானியர்களின் அன்றாட வாழ்க் கைக்குத் திரும்பியது. கற்பனைதான் தனக்கு மாற்றுத் தளத்தையும், அதற் குப் பொருந்தும் கதாபாத்திரங்களையும் பிடித்துக்கொண்டது என்பதை மறக்கக் கூடாது. இந்த மடைமாற்றத்துக்குப் பிறகு இலக்கியம் தன்னைக் கற்பனையிலிருந்து விடுவித்துக்கொண்டது என்று நினைக்குமானால் அது தன் ஆன்மாவைத் தானே விழுங்கி, இல்லாமல் போவதற்குச் சமம். நிஜம், இன்னும் நிஜம், இது அதைவிட நிஜம் என்று ஒரு நேர்கோடாக நீட்டிக் கொண்டே போவது கற்பனைக்கு எதிரான புரட்சியல்ல. பிறக்கும் குழந்தை திரங்கி, நரம்பெழுந்து, நரைத்தது போன்றது அது. அசல் என்று நம்பும்படி ஒரு கண்கட்டி வித்தை செய்வது கலை ஆகாது. இந்த யதார்த்த மையல் எல்லாக் கலைகளுக்குமே கோமாளித்தனமான லட்சியம் ஒன்றைக் கற்பித்துவைத்திருக்கிறது. எல்லா ரசிகர்களுக்குமே ஒரு பத்தாம்பசலி எதிர் பார்ப்பைச் சொல்லிக்கொடுத்திருக்கிறது. நிஜத்தின் நிழல்கூடப் படாமல் உன்னதத்தைத் தொட்டுவிடுகிற கலைகளை ரசிக்க முடியாமல் செய்து விடுகிறது. யதார்த்த வலையில் சிக்காத சிலவற்றை மேட்டுக்குடி வீடுகளின் கூடங்களில் காணலாம். ஆனால், அங்கேயும் தங்களுக்குப் பயின்றுவந்த கலை உணர்வுக்காக, பழங்குடிகளின் எச்சங்களாக அவற்றை வைத்திருப் பார்கள்.

கும்பகோணம் குருசாமி

அழுகையும் சோகமும் அசலாக இருந்தால் ரசிக்க முடியுமா? ஒப்பாரி யைவிட அசலானது வேறெதுவும் இருக்காது. ஆனால், அதை யாரும் ரசிப் பதில்லை. அறுபது ஆண்டுகளுக்கு முன்பு கும்பகோணம் குருசாமி என்று ஒருவர். இட்டுக்கட்டிப் பெருங்கூட்டங்கள் ரசிக்கும்படியான பாட்டு களைப் பாடுவார். ‘கும்பகோணம் குருசாமி கையில் டேப்புடன் பாடும் மோட்டார் ஒப்பாரி’ என்று அச்சிட்ட புத்தகங்கள் குஜிலி இலக்கியம்போல் விற்றன. அவருக்கு அசலைக் கலையாக்கும் ரசவாதம் தெரிந்திருந்தது. ‘கண வனே கண்கண்ட தெய்வம்’ என்று ஒரு திரைப்படம். பார்க்கச்செல் லும் பெண்கள் படம் முடிந்ததும் அரங்கிலிருந்து அழுதுகொண்டே வரு வார்கள். ஆனாலும், மறுநாளே அந்தப் படத்தை மீண்டும் பார்ப்பார்கள். கதையில் அசலாக இருந்தவையெல்லாம் சோக ரசமாக மாறியிருந்ததுதான்

இந்த ஈர்ப்புக்குக் காரணம். பல்லவர் காலத்துக் கோயில் தூண்களின் சிம்ம பீடத்தையும், காளியம்மன் கோயிலின் இன்றையச் சிம்மங்களையும் ஒன் றாகப் பார்த்தால் இந்த ரசவாதம் புரியும். இருபதாம் நூற்றாண்டின் முற் பகுதிவரை சிம்மங்கள் பல்லவர் காலச் சிம்மங்களாகவே செய்யப்பட்டன. யதார்த்தம் வந்து அவற்றைப் பாடப் புத்தகத்தின் சொல் விளக்கப் படங் கள் போல மாற்றியது. வாழ்வின் யதார்த்தச் சித்திரங்களை மக்கள் ஏந்திக் கொண்ட நேரம். அந்த வரவேற்பைக் கண்டு மற்றவர்களை விஞ்ச நினைத் தவர்கள் சித்தரிப்பின் விவரங்களில் தேடித்தேடி ரசக் கேடான அதீதத்தை இழைத்துவைத்தார்கள்.

தெய்வச் சிலைகளை அசல் மனிதர்களாக அலங்கரித்து நிஜ உலகின் அங்கமாக்குகிறோம். மனிதனின் சுயமோகத்துக்கு வேறு சாட்சியமே வேண் டாம்! ஐப்பசி மாதத்தில் வரும் அன்னாபிஷேகத்தில் சிவலிங்கத்தை வடித்த அன்னத்தால் மூடுவார்கள். அப்படி மூடிய சிவலிங்கத்துக்குக் கண், மூக்கு, வாய் எல்லாம் வைத்து மனித முகமாக மாற்றுகிறார்கள். சிவலிங்கம் ஒரு குறியீடு. நிஜ உலகிலிலிருந்து விலகும் ஒன்றுதான் குறியீடு என்று ஆக முடியும். வேதாரண்யம் துர்க்கைக்கு மஞ்சள் காப்போ சந்தனக் காப்போ செய்திருந்ததைப் பார்த்தேன். என்னென்னவோ செய்து துர்க்கையை ஒரு பெண்ணாகவே மாற்றியிருந்தார்கள். யதார்த்த மையல் ஒரு அற்புதமான கற்சிலையை மெழுகிப் பூசி மறைத்திருந்தது. கணப் பொழுது நிகழ்வுக்குள் முழுக் கதையைப் புகட்டி வழுவூர் கஜசம்காரமூர்த்தியின் சிலை உரு வாகியிருக்கிறது. அதைப் போலவே ஆயிரம் குறுஞ்சிற்பங்கள் கல்லில் பிறந்துள்ளன. எள்ளளவு யதார்த்தமும் இல்லாததுதான் அவற்றின் புகழுக் குக் காரணம் என்று சொல்லத் தோன்றும்.

சிற்பக் காட்சிகள் காலத்தில் உறைந்த கதை நிகழ்வுகள். கல்லில் உறைந்த காட்சிகளாகச் சேக்கிழாரின் பெரிய புராண நிகழ்வுகளை தாராசுரம் கோயி லில் காணலாம். அங்கே யதார்த்தத்தைத் தேடுபவர்களின் ஏமாற்றம்தான் அவற்றின் ஏற்றத்துக்கு ஆதாரம். பழமையாகிக் கழிந்துபோன கடந்தகால கலை மரபு என்று இதை நீங்கள் ஒதுக்கக் கூடாது. காலத்தை வெல்லும் கலை அப்போதானாலும், இப்போதானாலும் தன் இருப்பையே இப்படித்தான் எட்டுகிறது. பூம்புகாரில் நம் காலத்துக் கலைக்கூடம் உள்ளது. சட்டம் போட்ட படங்களாக அந்தந்தக் கட்டங்களில் சிலப்பதிகாரம் முழுவதை யும் கல்லில் காட்டியுள்ளார்கள். இது இன்னது என்று அடையாளம் காணும் அளவுக்கு மேல் ஒரு துளியும் நிஜம் இருக்காது. இது உண்மை யான கலையின் நிரந்தரமான தன்மை. காலத்தோடு வருவதும் போவது மான மரபு அல்ல. பல ஆண்டுகளுக்கு முன்பு தில்லைவிளாகம் ராமர் கோயிலுக்குச் சென்றிருந்தேன். ராமர் சிலையின் அழகை விளக்கிய பட்டர் காலில் நரம்பு தெரிவதைப் பாருங்கள் என்றார். உலகப் புகழ்பெற்ற சிலை

களையும் காரணமல்லாத காரணத்துக்காக ரசிக்க நமக்குக் கற்பிக்கிறார்கள். இன்னும் என்னென்னவோ செய்கிறது இந்த யதார்த்தப் பித்து.

யதார்த்த மையலில் விழுந்திருக்கும் சமுதாயம், அதற்கு ஏகமாக இடம் கொடுத்து மிகைப்படுத்தும் திரைப்படத்தைத் தீவிரமாக விரும்புவது இயற்கை. சிறுவனாக இருந்தபோது கிராமத்தில் ராம நாடகம் பார்த்தேன். மாரீசன் மாய மானாக வரும் காட்சி. பார்வையாளர் பக்கம் சீதை கையை நீட்டி, ''அதோ மான்'' என்றார். நமக்குப் பின்னால்தான் மான் இருக்கிறதோ என்று திரும்பினேன். பக்கத்தில் உட்கார்ந்திருந்தவர், ''நிஜமான மான் நாடகத்தில் வராது'' என்று தலையில் குட்டினார். யதார்த்தப் பித்து இப்போது எல்லாவற்றையும் நிஜப்படுத்திக் கேட்கும் அறியாக் குழந்தைகளாக்கிவிட்டது நம்மை.

மண்ணுக்குப் பொருத்தம்

கோயிலில் வைப்பதற்காகக் கூப்பிய கைகளோடு மண்ணில் செய்த மனித உருவம் மதலை. திருத்தமாக வடித்த மன்னர்களின் கற்சிலைகளையும் மதலைகளாகக் கோயிலில் பார்க்கலாம். சிலைகளை நினைத்த பொருளில் உருவமைப்பதில்லை. அந்தந்தப் பொருளுக்குப் பொருந்த உருவெடுத்துச் சிலைகள் பிறக்கும். மாடானலும், குதிரையானாலும் அவை மரத்தில் ஒன்று, மண்ணில் ஒன்று, உலோகத்தில் ஒன்றுமாக அததற்குத் தகுந்த உருவெடுக்கும். ஐயனார் குதிரை தான் ஆன மண்ணுக்கு ஒத்துப்போகும் வடிவிலிருக்கும். இந்தப் பொருத்தத்தைப் பார்த்துப்பார்த்து ரசிக்கலாம். சுட்ட மண் குதிரைகள் வண்ணம் வைத்து, கண் திறந்து, வாரை கட்டி, வேளார் வீட்டிலிருந்து தாரை தப்பட்டையோடு கோயிலுக்குப் போகும். காலில் சிலம்பும், கையில் அரிவாள் சுக்குமத்தடியோடும், முன்னடியானாகவே ஊர்வலத்துக்கு முன்னே ஒருவர். பத்து, இருபது குதிரைகள் இவ்வாறு புறப்படும். தன்னை அழகென்றே அறியாமல் சிலைகளோடு ஒட்டிக் கொள்ளும் அழகு! யதார்த்தத்தையே இலக்காகக் கொண்டவற்றோடு இந்த மதலைகளையும், குதிரைகளையும் ஒப்பிட்டுப் பாருங்கள். சிவபுரம் நடராஜர், பத்தூர் நடராஜருக்கெல்லாம் சற்றும் குறைந்தவையல்ல இந்த மண் குதிரைகள்! குதிரைகள் என்று தங்களை அடையாளம் காட்டி நம்மை உள்ளே இழுத்துக்கொள்ளும். கறிவேப்பிலையாக இருக்கும் இந்தக் கடுகளவுத் தேவைக்குமேல் அந்த உலகத்தில் யதார்த்தம் இருக்காது. இருக்கும் அந்தக் கொஞ்ச யதார்த்தமும் உறை ஊற்றி முறித்த பாலாக இருக்கும்.

நமது கலை மரபு யதார்த்தத்தின் எதிர்முனை. யதார்த்தத்தைத் தவிர வேறு எதற்கும் பழகாத கண்கள் எப்போதுமே காணாத அழகு இந்த மரபில் எத்தனை எத்தனையோ! ஐயனார் குதிரைகள் அழிந்துபோவது ஒரு அடர்வான கலை மரபு இற்றுப்போவதன் அடையாளம். கோயில்களின்

கல் தூண்களெல்லாம் குலைதள்ளிய வாழை மரங்கள். கண்ணை மறைத் திருக்கும் யதார்த்தத் திரையை நீக்கி வாழை மரங்களாக அவற்றைக் காண இயன்றவர்கள் அரிது. குழந்தைகளுக்காக வீடு தவறாமல் இருந்த மரப் பாச்சி இன்றைய உலகில் செல்லுபடியாகுமா? உருவத்திலும், நிறத்திலும் அசல் குழந்தையாக இருப்பதுதான் இப்போது பொம்மையாகத் தெரியும். மரப்பாச்சி வைத்திருந்தாலும் அதன் பூர்வ காலப் பயனுக்காக வைத்திருக்க மாட்டோம். பழங்கால எச்சத்தின் மேல் நமக்குக் கற்பித்துவந்திருக்கும் ஒரு பிரமிப்பின் சாட்சியாக வைத்திருப்போம்.

பித்தம் தெளியாதவர்களையும், பேய் பிடித்தவர்களையும் எத்தனை யதார்த்த அழுத்தத்தோடு திரைப்படங்களில் காட்டுகிறார்கள்! வயதான வர்களுக்கு நோய் வரும். முதுமையில் இருக்கும் வறியவர்களுக்குச் சித்தம் கலங்கும். இப்படி யதார்த்தத்துக்கு மேல் யதார்த்தமாக அடுக்கிக் காட்டு வார்கள். ஒரு காட்சியில் ஐந்து நபர்கள் வந்தால் எல்லாரும் தனித்தனிப் பாத்திரங்களாக இருந்தால்தான் யதார்த்த அழுத்தம் பெறுவார்கள் என்று ஒரு எழுதாத கோட்பாடு. கையை ஒடித்து, காலில் கட்டுப்போட்டு, மாறு கண்ணாக்கி, சக்கர நாற்காலியில் உட்காரவைத்து, கடைசியாக வருபவ ருக்கு உடம்பை ஊதி—இப்படி ஒவ்வொருவருக்கும் எளிதில் மறக்காத யதார்த்த அடையாளம் இருக்கும். பேனா முனையின் கீறலாகத் தொட்டுக் காட்டுவதைக் கலப்பை கொண்டு உழுத சாலாகக் கோலிவிடுகிறார்கள். யதார்த்தமான திரைப்படங்களைவிட நாடகத்தனமானவை என்று நாம் ஒதுக்கியவையே மேல் என்று தோன்றும். இயற்கையான நடிப்பு என்பது யதார்த்தத்தின் சுத்தமான பித்தலாட்டம். கல்விக்கூடங்களில் பல ஆண்டு கள் இலக்கியம் சொல்லிக்கொடுத்தாலும் ரசனையை வளர்த்ததற்கான அடையாளமே இல்லை. நல்ல கலைப் படைப்புகள் தமக்கு வேண்டிய ரசி கர்களைத் தாமே உருவாக்கும் என்பார்கள். ஐயனார் கோயில் மண் குதிரைகள் மட்டும் தோற்றுப்போகுமா?

30.09.2016

* * * * *

20

ஆங்கிலமும் நம் கல்விமுறையும்

ஆசிரியர்களான பிறகுதான் சிலர் மாணவர்களாக இருக்கக் கற்றுக் கொள்கிறார்கள். நானும் அப்படித்தான். மொழி ஆசிரியர்களுக்கு இது நன்றாகவே பொருந்தும். அச்சக உரிமையாளரிடமிருந்தும், அச்சுக்கோப் பவரிடமிருந்தும் சுருக்கமாகவும் எழுதலாம் என்று கற்றேன். விண்ணப்பம் எழுதிக்கொடுங்கள் என்று ஒரு சமூக ஆர்வலர் அடிக்கடி என்னிடம் கேட் பார். ஆனால், அரசின் உயர் அதிகாரி அரைப் பக்கத்துக்கு மேல் படிக்க மாட்டார், அதற்குள் அடங்குமாறு எல்லாவற்றையும் சொல்ல வேண்டும் என்பார். ஒரு பொருளைச் சொல்லி, விவாதத்தை முன்வைத்து, அதி லிருந்து கோரிக்கையை வடிவமைக்க அவரிடமிருந்து கற்றுக்கொண்டேன். வேளுக்குடி வரதாச்சாரியார் என்ற வைணவப் பெரியாரின் சமயச் சொற் பொழிவுகளைக் கேட்டுத் தமிழ் இலக்கிய மரபுகள் சிலவற்றைக் கற்றேன்.

அறிவு என்று நாம் கண்டவற்றைக் கொண்டு மாணவர்களின் நேரத் தைச் செருமச்செரும நிரப்பிவிடுகிறோம். அவற்றுக்கு அப்பால் அவர்கள் எதையுமே கற்பதற்கு அனுமதிப்பதில்லை. வேலை பெறுவதற்குப் படிக்க வேண்டும் என்பதை மறுக்க முடியாது. ஆனால், அதற்காக மட்டுமே படிக்க வேண்டும் என்பதுதான் குறை. பிள்ளைகள் படிக்க வேண்டும் என்றால் பள்ளிக்கோ, கல்லூரிக்கோ அனுப்பக் கூடாது என்றுகூட நாங்கள் பேசிக் கொள்வதுண்டு. கல்விமுறையிலும், பாடத்திட்டத்திலும், பள்ளிகளிலும், தேர்வுமுறையிலும்தான் கோளாறு என்பதில்லை. கோளாறு கல்வியைப் பற்றிய நமது சமூகத்தின் அணுகுமுறையிலும் இருக்கிறது.

மெத்தப் படித்தவர்கள் ஆங்கிலத்தைக் காலனிய ஆதிக்கத்தின் எச்சம் என்று சொன்னார்கள். மற்றவர்கள் நமது மொழிக்கும், பண்பாட்டுக்கும் அது எதிரி என்று சித்தரித்தார்கள். ஆனாலும், இந்திய அரசியல் நிலவரத் தால் அதை விட்டுவிட முடியாத சிக்கல் இருந்தது. அந்தச் சூழலில் நான் ஆங்கில ஆசிரியனாக வேலையில் சேர்ந்தேன். வகுப்பில் ஆங்கிலத்தில் பேசினால், "தமிழில் பேசுங்கள்" என்று மாணவர்கள் கூச்சலிடுவார்கள். ஆங்கிலம் புரியவில்லையோ என்று நினைத்துக்கொள்வேன். ஆங்கிலத்தில் பேசத்தானே எனக்குச் சம்பளம் தருகிறார்கள் என்று சொல்லிவிட்டு மேலும்

மேலும் எளிமையாகப் பேசிப்பார்ப்பேன். புரியாமலில்லை, அது ஒரு வகையான எதிர்ப்பு என்று எனக்கு அப்போது தெரியவில்லை. இந்த எதிர்ப்பைச் சமாளிக்க முடியாமல் வகுப்பறையில் அழுதிருக்கிறேன். ஆங்கிலேயர்களின் உச்சரிப்பில் உள்ளவாறே ஏற்ற இறக்கத்தோடு பேசினாலோ பிரச்சினை இன்னும் சிக்கலானது. கல்லூரி ஆசிரியராகத் தரிக்க வேண்டுமென்றால் இந்த உச்சரிப்பை மறக்க வேண்டும் என்று ஆகிவிட்டது.

இன்றையச் சூழ்நிலையோ தலைகீழாகிவிட்டது. தமிழையே தொட மாட்டேன் என்ற உத்தரவாதம் இருந்தால்தான் பெற்றோர்கள் அந்தப் பள்ளியில் பிள்ளைகளைச் சேர்க்கிறார்கள். எதிரெதிரான இந்த இரண்டு நிலைகளுமே தவறானவை. கல்லூரியை விட்டுச் சென்று ஐந்து, ஆறு ஆண்டுகள் கழிந்த பிறகு திரும்பிவந்து ‘‘எனக்கு இப்போது ஆங்கிலம் சொல்லித்தருவீர்களா?’’ என்று கேட்ட மாணவர்களும் இருக்கிறார்கள். தமிழானாலும், ஆங்கிலமானாலும், மொழியைப் பற்றிய புரிதல் இங்கு மிகவும் சொற்பம். பெரும்பாலான மாணவர்களுக்கு இரண்டு மொழியிலுமே போதிய பயிற்சி இருப்பதில்லை. சூத்திரத்தைக் கற்று ஒப்பிப்பது போல் பேசுகிறார்கள், எழுதுகிறார்கள். மொழியில் மெய்மையே இல்லை. முழு வாக்கியமுமே கோடிட்ட இடத்தை இட்டு நிரப்பியதாக இருக்கிறது.

‘‘தமிழ்வழியில் பயின்றேன், எனக்குஆங்கிலம் வராது’’ என்றும் எனது மாணவர்கள் சொல்வதுண்டு. பின்னதை, முன்னதன் விளைவாகப் பார்ப்பது, ஆங்கிலம் வராததற்குத் தமிழ்வழியில் பயின்றதுதான் காரணம் என்று சொல்வது, தவறான தர்க்கம் என்று சொன்னால் நம்ப மாட்டார்கள். ‘‘நான் ஆறாம் வகுப்பில்தான் ஆங்கில எழுத்துகளைக் கற்றேன். தமிழ் வழியில்தான் பயின்றேன். வீட்டில் யாருக்கும் ஆங்கிலம் தெரியாது. என்னுடையது ஒரு குக்கிராமம்’’ என்றெல்லாம் சொல்லி அவர்களைத் தேற்ற முயல்வேன். இது போதாதென்று ஆங்கிலேயர்களுக்கு நிகராக உச்சரிப்புத் திருத்தமுடைய எனது ஆசிரியரை எடுத்துக்காட்டாகக் கூறுவேன். ‘‘எங்கே ஆங்கிலம் பயின்றீர்கள்?’’ என்று கேட்டபோது இன்றைக்கும் பிற்பட்ட ஊராக இருக்கும் திருத்துறைப்பூண்டி என்று எனது ஆசிரியர் சொன்னார். அவரது ஆசிரியர் வானொலியில் வரும் ஆங்கிலச் செய்தியை நாள்தோறும் பாடமாக வைத்திருந்தாராம். நானும் ஒரு வானொலிப் பெட்டியை வைத்துக்கொண்டு சிற்றலையின் ஆங்கில நிகழ்ச்சிகளைத் தூங்காமல் நெடுநேரம் இரவில் கேட்டுக்கொண்டிருப்பேன். இந்திய வானொலியில் அப்போது லாதிகா ரத்னம் மிகச் சிறந்த செய்தி வாசிப்பாளர். மாணவர்களாக இருந்தபோது அவர் வாசிக்கும் செய்திகளைப் போட்டி போட்டுக்கொண்டு உச்சரிப்புக் குறியீட்டில் எழுதிக்கொள்வோம்.

எட்டாம் வகுப்பில் இருந்தபோது ஆங்கிலம் ஒரு நேரடான மொழியல்ல என்று தமிழாசிரியர் வி. கே. துரைராஜ் எங்களுக்குத் தெளிவுபடுத்

தினார். பிரதிப் பெயர்ச்சொற்களோடு வினைச் சொற்கள் சேரும்போது அவற்றின் கால வடிவங்கள் வெவ்வேறாக இருக்கும். இதைக் கற்றுக் கொண்டால் ஆங்கிலத்தை வசப்படுத்திவிடலாம் என்று காட்டினார். அந்த ஆண்டு முடிவதற்குள் எங்களுக்கான ஆங்கிலக் கட்டுரைகளை நாங்களே சொந்தமாக எழுதிக்கொள்ள முடிந்தது.

நான் படித்த கிறித்துவப் பள்ளிக்கூடம் ஒழுங்கு போன்றவற்றில் கொஞ்சம் கெடுபிடி காட்டும். பிரிட்டனிலிருந்த பொதுப் பள்ளிக்கூடங் களை ஒத்த சட்டதிட்டங்கள். பொதுப் பள்ளிக்கூடம் என்றால் அரசாங் கம் நடத்தும் பள்ளிக்கூடமல்ல. ஒரு தேவாலயத்துக்கு உட்பட்ட பகுதி யிலிருப்பவர்களுக்கு உரிய பள்ளிக்கூடத்தைப் போல் அல்லாமல் எங்கி ருந்தும் வந்து சேர்ந்துகொள்ளலாம் என்ற ஏற்பாடு உள்ள பள்ளிக்கூடம். வகுப்புக்குச் சட்டாம்பிள்ளை, ஒழுங்கீனத்துக்குக் கருப்பு மதிப்பெண்கள், அந்த மதிப்பெண்கள் ஒரு எண்ணிக்கையைத் தாண்டினால் சிவப்பு மதிப்பெண், அதையும் தாண்டினால் வீட்டுக்குப் பள்ளியிலிருந்து செல் லும் சிவப்பு அட்டை எல்லாம் உண்டு. வகுப்புக்கு வராவிட்டால் தண்டம். அதை உரிய காலத்துக்குள் கட்டாவிட்டால் அது இரட்டிப்புத் தண்டமாகும். ஆனாலும், நாங்கள் கடுமையை உணராதவாறுதான் இவை அமலாயின. நகரத்தில் ஏதாவது விழா நடந்தால் முதல் அழைப்பிதழ் எங்கள் பள்ளியின் முதல்வருக்குத்தான் வரும். முதல்வர் அமலதாசனுக்கு ஊரில் அப்படியொரு மரியாதை.

இன்ன புத்தகம் என்றில்லாமல் நூலகத்தில் மாணவர்கள் எந்தப் புத்த கம் வேண்டுமானாலும் எடுத்துக்கொள்ளலாம். எங்கள் இந்தி ஆசிரியர் நர சிம்ம ராகவனுக்குப் பாடம் நடத்தும் வேலை அதிகம் இல்லாமலிருந்தது. பள்ளிக்கூடத்தின் நூலகராகவும் அவர் பணியாற்றினார். நாங்கள் எடுத்து வரும் புத்தகங்களைப் பார்த்து எங்கள் நாட்டம் என்ன என்பதைத் தெரிந்துகொள்வார். அதற்கு மேல் அந்த விஷயத்தில் எதைப் படிக்க வேண்டும் என்பதைச் சொல்லி அந்தப் புத்தகம் இருக்கும் இடத்தையும் காட்டுவார். அன்னியிலும் எங்களுக்கு உபரியான ஒரு வசதி இருந்தது. பள்ளிக்கூடமாவதற்கு முன் எங்கள் பள்ளி பல ஆண்டுகள் இண்டர்மீடியட் கல்லூரியாக இருந்தது. எனவே அடுத்த நிலைக்கு உரிய அருமையான ஆங்கிலப் புத்தகங்கள் நூற்றுக் கணக்கில் எங்கள் நூலகத்தில் இருந்தன. புதியவற்றோடு புழங்கும்போது வரும் வழக்கமான கூச்சத்தைக் கழித்து அவை எங்களில் சிலரைத் தங்கள் உலகுக்குள் இழுத்துக்கொண்டன. அவை எல்லாம் பிரிட்டனில் அச்சாகியிருந்தவை. பின்னாட்களில் புத்தகங் களைப் பார்க்கும்போது தரமான பதிப்பு என்றால் எங்கள் பள்ளிக்கூட நூலகத்தில் இருந்ததுபோல் அல்லவா இருக்க வேண்டும் என்று தோன்றும். எங்கள் நூலகர் நரசிம்ம ராகவன் வடமொழியிலும் பண்டிதர். ‘போஜன

குதூகலம்' என்ற வடமொழி நூலை அவர் தஞ்சாவூர் சரஸ்வதி மகால் நூலகத்துக்காகத் தமிழில் மொழிபெயர்த்துத் தந்தார். எப்போது தமிழ் இலக்கியம் படித்தாலும், ஆங்கில இலக்கியம் படித்தாலும், வாய்ப்பிருந்தும் அவரிடம் வடமொழி கற்றுக்கொள்ளாததைத் தீராத குறையாக உணர்ந்தேன்.

பொதுத் தேர்வில் நாங்கள் அனைவருமே தேர்ச்சி பெற்றுப் பள்ளிக்கு நூறு விழுக்காடு பெற்றுக்கொடுத்தோம். மாணவர்கள் பல சமூகப் பின்னணிகளைச் சேர்ந்தவர்கள். மனனம் செய்வதைப் பள்ளி ஊக்குவித்ததில்லை. ஆசிரியர்கள் கட்டுரைகளை எழுதிக்கொடுத்ததில்லை. யாராவது துணைவன் வைத்திருப்பதைக் கண்டால் பிடுங்கிக் கிழித்து எறிந்துவிடுவார்கள். பெற்றோர்கள் பள்ளிக்கூடத்தில் வைத்திருந்த நம்பிக்கையளவுக்குப் பள்ளியும் மாணவர்களை நம்பியது. புதுடெல்லியில் இருந்தவர்கள் கூடத் தங்கள் பிள்ளைகளை இங்கே படிக்கட்டும் என்று விட்டிருந்தார்கள். இதற்கு நேர்மாறான அனுபவமும் எனக்கு உண்டு. சில ஆண்டுகளுக்கு முன்பு தனது புதல்வியை ஒரு பல்கலைக்கழகத்தில் சேர்ப்பதற்காக வந்த தந்தை ஒருவர், சக மாணவர்கள் பிரகாசமாகத் தெரியவில்லை என்று தன் பெண்ணை அழைத்துக்கொண்டு திரும்பிச்சென்றுவிட்டார்.

கணிதத்திலும், ஆங்கிலத்திலும் மாணவர்கள் தவறுவதால்தான் மாவட்டத்தின் தேர்ச்சி விழுக்காடு குறைகிறது என்று கண்டார்கள். இதை விவாதிக்கக் கூட்டிய கூட்டத்தில் பெற்றோர்களின் அக்கறையின்மை, மாணவர்களின் கவனமின்மை போன்ற பல காரணங்களைச் சுட்டினார்கள். இதைத் தொடர்ந்து நாங்கள் சில பள்ளிகளுக்குச் சென்றுவந்தோம். "இதை இப்படி எழுதினால் இரண்டு மதிப்பெண்" என்று அங்கே பாடம் சொல்வதைக் கண்டோம். அதிர்ச்சியடைந்த நாங்கள், "மதிப்பெண்களை இலக்காக வைக்காதீர்கள், தேர்வுக்குத் தயாரிக்காதீர்கள்" என்று சொல்லாமலிருக்க முடியவில்லை. "எங்களைத் தேர்ச்சி விழுக்காடுபற்றித்தான் மேலதிகாரிகள் கேட்பார்கள்" என்ற ஆசிரியர்களுக்கு நாங்கள் என்ன சொல்வது? கணக்குக்காகத் தேர்ச்சியைக் கேட்டாலும் காட்டினாலும் மெய்யான கல்வி எங்கிருந்து வரும்? ஆகமொத்தம், சொல்லிக்கொடுக்கவும், கற்றுக்கொள்ளவும் நமது பள்ளிக்கூடங்கள் நம்மை விடப்போவதில்லை.

"அந்த மாணவரைப் பாருங்கள். இப்பொழுதுதான் மேல்நிலைக் கல்வியை முடித்துவந்துள்ளார். அருமையாக ஆங்கிலம் எழுதுகிறார். நீங்களோ முதுகலை மாணவர். உங்களுக்கு ஆங்கிலம் வரவில்லையே!" என்று எனது மாணவர் ஒருவரிடம் சொன்னேன். "அவர் வசதியான வீட்டுப் பிள்ளை. அம்மாவும் அப்பாவும் படித்தவர்கள். நாளைக்கு நான் நாற்று பறிக்கச் சென்றால்தான் என் குடும்பம் சாப்பிடலாம். என்னையும் அவரையும் நீங்கள் ஒப்பிடுவது நியாயமா?" என்று திருப்பிக்கேட்டார். கற்கும் திறனையும், மாணவரின் பொருளாதார, சமூகப் பின்புலத்தையும்

இணைத்துப்பார்க்கும் வழக்கமான விளக்கமல்ல இது. ஆங்கிலம் மட்டும் தான் உங்களுக்குத் தெரிந்த அளவுகோலா என்ற முறையீடு. எத்தனை தலைமுறைகளை இந்த ஒரே அளவுகோலால் அளந்து, கழித்து, ஒதுக்கிக் கொண்டிருக்கிறோம்! இந்த மகத்தான வேலையில் சமுதாயமும் நம் மோடு சேர்ந்துகொண்டதல்லவா! எதைஎதைக் கற்க வேண்டிய திறமை என்று இந்தச் சமுதாயம் அடையாளம் கண்டுள்ளது? வேண்டாம் என்று சமுதாயம் கழித்தவை எவை? இப்படிக் கண்டவை, கழித்தவைபற்றிச் சமுதாயத்துக்கு ஒரு பிரக்ஞை உண்டா என்று தெரியவில்லை. நம்மைச் சுற்றியிருப்பவற்றோடு தொடர்புப்படுத்தாமல் ஒரு மொழியைப் பழக முடியுமா? அப்படிப் பழகிய மொழியால் வரும் பயன் என்னவாக இருக் கும்? அந்த மொழி ஒரு சுவராக நமக்கும் நம் அனுபவத்துக்கும் குறுக்கே நிற்கும். இப்போது நடப்பது இதுதான்.

சிறுவனாக இருந்தபோது ஊருக்குத் தெற்கே இருந்த குளத்துக்குக் காலையில் குளிக்கச் செல்வேன். வயல்களின் குறுக்கே வரப்பில் நடக்க வேண்டும். தன் பேத்தியைக் கூடவே அழைத்துக்கொண்டு ஒருவர் அக்கிர காரத்திலிருந்து வருவார். வரும்போது, தாண்டி வரும் வாய்க்காலுக்கு இன் னது பெயர், அது இந்த ஆற்றிலிருந்து பிரிகிறது, வரப்பிலிருக்கும் புல்லுக் கும் பூண்டுக்கும் இன்னின்ன பெயர், வாய்க்கால் இங்கே போய் வாரியில் விழுகிறது என்று பேத்திக்கு விவரமாகச் சொல்லிக்கொண்டே வருவார். இரண்டு ஆண்டுகளுக்கு முன்பு எனது மாணவர்களைப் பார்த்து, "நீங் கள் விடுதியிலிருந்து வகுப்புக்கு வரும்போது எந்தத் திசையிலிருந்து எந்தத் திசைக்கு வருகிறீர்கள்?" என்று கேட்டேன். இருந்த உள்ளூர் மாணவர் களுக்கும்கூடச் சொல்லத் தெரியவில்லை. இந்த இரண்டு நிகழ்ச்சிகளை யும் நீங்கள் ஒப்பிட்டால் கல்வி என்ற பெயரில் நாம் கற்பிக்கிறோமா அல்லது மாணவர்கள் தாங்களாகவே கற்றுக்கொள்வதையும் தீவிரமாகத் தடுக்கிறோமா என்று தெரிந்துகொள்ளலாம். இதைப் படிக்க வேண்டும் என்று நிர்ணயிப்பதைவிட மற்ற எதுவுமே மாணவர்களின் அனுபவத்துக் குள் வந்துவிடக் கூடாது என்று, தானே அறியாத ஒரு முனைப்போடு இருப் பதுதான் நமது கல்விமுறை. இருக்கும் கோளாறு கற்பிக்கும் அல்லது கற்கும் முறையில் மட்டுமே இல்லை.

ஷேக்ஸ்பியர், மில்டன் எல்லாம் இவர்களுக்கு ஒத்துவராது. இலக்கியம் போன்ற பண்பாட்டுத் தொடர்பானவற்றுக்கு ஆசைப்படக் கூடாது. மொழியை இவர்களுக்குப் பண்பாட்டுச் சாதனமாகச் சொல்லித்தர இய லாது. ஒரு தொடர்புச் சாதனமாக மட்டும் மொழியைச் சொல்லிக்கொடுத் தால் போதும் என்று எப்போதோ சமுதாயம் முடிவுசெய்துவிட்டது. ஆனால், சாத்தியப்படும் மாற்றாக நாம் கண்ட தொடர்புச் சாதன மொழி யில் என்ன இருக்கிறது என்று இன்னும் பார்க்கவில்லை. "அவன் கடைக்

குச் சென்றான்'', ''இவன் புத்தகம் வாங்கினான்'' என்று உள்ளீடு இல்லாத கருக்காய்த் தொடர்களாகவே மொழியைச் சொல்லித்தருகிறோம். பாடம் வெற்று மொழியாகவே இருந்தால் அதைக் கற்பதற்கு ஈடுபாடு வருமா? இதற்கு ஏற்றாற்போல், ''அவர்கள் இயற்பியல்தானே படிக்க வந்தார்கள், உயிரியல்தானே படிக்க வந்தார்கள்! அவர்களை ஏன் ஆங்கிலமும் படிக்கச் சொல்கிறீர்கள்?'' என்று மொழியை அதிகப்படியான சுமையாகவும் காட்டுவார்கள். உலகமயமாக்கலில் ஆங்கிலத்துக்குத் தற்போது வந்துள்ள கீர்த்தி, அத்தோடு நமது கல்விக் கொள்கை, மொழிக் கொள்கை, பாடத்திட்டம், கல்விச்சாலைகளின் இலக்கு, எல்லாமாகச் சேர்ந்து ஆங்கிலத்தை ஒரு வகையான வர்க்கபேதக் கருவியாக்கிவிட்டது. நாம் வாழும் மண்ணுக்கு நம்மை எவைஎவை அந்நியமாக்குமோ அவற்றோடு நம் கல்வியும் சேர்ந்துகொண்டது.

01.05.2015

* * * * *

21

பூதர மாவும் பொதுப்பணித் துறையும்

வாசனைக்காக முகத்தில் பூசிக்கொள்ளும் பொடியை அறுபது ஆண்டு களுக்கு முன்பு பூதர மாவு என்பார்கள். தெரியும்படியாக ஒப்பனை செய்து கொள்வதில் அப்போது பெண்களுக்குச் சமமாக ஆண்களுக்கும் இருந்த கூச்சத்தைக் கிழித்துக்கொண்டு இந்த முகப்பூச்சு உள்ளே வந்திருந்தது. அப் போதும் ஒப்பனைக்கான சொற்கள் பாரிஸ் நகரில்தான் உற்பத்தியாயின. 'பூதர' என்பது பிரஞ்சு மொழிச் சொல். 'பவுடர்' என்ற ஆங்கிலச் சொல் அதற்கு ஈடாகும். வெறுமனே 'பூதர' என்றால் ஒருவருக்கும் தெரியாது. 'மாவு' என்று மட்டும் சொன்னால் எது என்று புரியாது. இரண்டுமே ஒரே பொருளைத்தான் குறிக்கும். இருந்தாலும் எதிரெதிரே வைத்த கண்ணாடிக ளாக இருக்கட்டும் என்று இரண்டையுமே சேர்த்து ஒரே பெயராக வைத்துக்கொண்டார்கள். 'ஒரு பொருள் பன்மொழி' என்ற இலக்கணம் நமக்கு நினைவிருந்தால் இதைப் பாமரத்தனம் என்று சொல்லத் தயங்கு வோம்.

கலப்புச் சொல்லும் கலப்பு மொழியும்

பாமரர்களின் மொழிபெயர்ப்பு 'பூதர மாவு'. 'பொதுப்பணித் துறை' படித்தவர்களின் மொழிபெயர்ப்பு. பூதர மாவில் இருப்பதுபோல் பொதுப் பணித் துறையில் ஏதும் சிக்கல் இல்லை என்று நினைத்துவிடக் கூடாது. அறு பது ஆண்டுகளுக்கு முன்பு பொதுப்பணித் துறையை மராமத்து இலாகா என்பார்கள். அண்மையில் சாத்தனூர் அணைக்குச் சென்றுவந்தேன். அணைக்கு நாட்டியிருக்கும் அடிக்கல்லில் மராமத்து இலாகா என்று இருக் கிறது. அப்போது அது புரியாமல்கூட இருந்திருக்கலாம். அல்லது அந்தத் துறையோடு தொடர்புடைய படித்தவர்களுக்கு மட்டுமே புரிந்ததாக இருக் கலாம். பாசனம் தொடர்பான எழுத்துத் தமிழோடு பழக்கமுள்ளவர்களுக் குப் புரிந்திருக்கலாம். ஆனால், ஐம்பது ஆண்டு கால புழக்கத்துக்குப் பின் பும் பொதுப்பணித் துறை பலருக்குப் புரிவதில்லை. 'பொதுப்பணித் துறை' எல்லாருக்கும் புரிய வேண்டும் என்ற நோக்கத்தில் முயன்று உருவாக்கிய தொடர் என்பதை நினைவில் வைக்க வேண்டும். பொதுப்பணித் துறை

ஒரு மொழிபெயர்ப்பு இரவல். மற்றொரு மொழியிலிருந்து சொல்லுக்குச் சொல் அப்படியே பெயர்த்து வரிசை மாறாமல் சேர்த்துக்கொண்டது. ‘பப்ளிக்’ என்ற சொல்லுக்கு ஈடு ‘பொது’. ‘வொர்க்ஸ்’ என்பதற்கு ஈடு ‘பணி’. தமிழ் பேசும் நமக்குத் தன்னால் புரிய வேண்டும் என்றால் இரண்டும் சேரும்போது ‘அரசாங்கம் செய்யும் மராமத்து வேலைகள்’ என்ற பொருள் வர வேண்டும். ஆனால் அதன் ஆங்கிலப் பின்னணியோடு சேர்த்தால் மட்டுமே அந்தப் பொருள் சட்டென்று தோன்றும். (‘பப்ளிக்’ என்றால் அரசாங்கம் தொடர்பானது என்று பொருள். நாகப்பட்டினத்தில் அரசு அலுவலகங்கள் இருந்த சாலையை ‘பப்ளிக் ஆபிஸ் ரோட்’ என்று அழைத்தார்கள்). பொருளின், கருத்தின் ஆங்கில வடிவம் அழியவில்லை. அழிந்து மாறியுள்ளவை எழுத்தும் ஒலியும் மட்டுமே. ஆக, எழுத்தையும், ஒலியையும், சொற்களையும் முயன்று வெளியே நிறுத்திவைத்தாலும் ஆங்கிலம் அதன் மற்ற வடிவில் உள்ளே வந்துவிடும். கலப்பு மொழியைத் தமிழ்த் தோல் போர்த்தி நமது மொழிபெயர்ப்பே உள்ளே கொண்டுவருகிறது. கலப்பு மொழி என்று நான் சொல்வது, ‘கலப்பு விதை’ போன்று வித்தோடு கலந்துவிட்ட மற்றொரு விதை. அது ஆங்கிலம் மட்டுமே. ஆங்கிலமும் தமிழும் கலந்த மொழியல்ல. மொழிக் கலப்பு சொல் அளவில் நின்றுவிடுவதும் அல்ல.

புரிகிறதோ இல்லையோ கலப்புச் சொல் இல்லாமல் இருக்க வேண்டும் என்பது மொழிபெயர்ப்பின் ஒரு போக்கு. ஆனால், கலப்புச் சொல் இல்லாத தமிழிலும் வகைகள் உண்டு. இலக்கிய நயத்தின் ஈர்ப்பு அல்லது அறிவியலின் பகட்டான நுணுக்கம் உள்ள வகைகள். இந்த வகைகளில்தான் நமக்கு மொழிபெயர்க்கத் தோன்றுகிறது. இது மொழிபெயர்ப்பின் இன்னொரு போக்கு. ‘ஆட்சிச் சொல்’ என்று அழைப்பவற்றில் இவற்றைப் பார்க்கலாம். அங்கே அலுவலர்களின் சங்கேத மொழிபோன்று ஒரு தமிழ் இருக்கும். ஆறுகளின் குறுக்கே உள்ள மதகுகளை ‘சமநிலைப் பொறி’ என்பார்கள். ‘நீரொழுங்கி’ என்றும் சொல்வதுண்டு. ‘ ரெகுலேட்டர்’ என்பது அதன் ஆங்கில மூலம். அறிவியல் நுணுக்கத்தின் பகட்டு ஒரு சொல்லில். மற்றொன்றில் இலக்கியப் பழமையின் ஈர்ப்பு. பாமரர்களுக்குப் புரியாத மொழியில் நடக்கும் நிர்வாகம் ஜனநாயகப் பண்புக்கு முரணானது. தங்களோடு இருக்கும் மூன்றாவது நபருக்குப் புரியாத மொழியில் இரண்டு பேர் பேசிக்கொள்வது இங்கிதமல்ல என்றால், சார்ந்திருக்கும் சமுதாயத்துக்கே புரியாத மொழியில் அலுவலர்கள் எழுதுவதை எப்படிச் சொல்வது?

நோக்கத்தில் ஒரு சிக்கல் இருக்கிறது. நமக்கு வேண்டியது புரியும்படியான தமிழ்ச் சொல். ஆனால், நமது நோக்கமாக இருப்பதோ மொழிபெயர்ப்பு. மொழிபெயர்ப்பு நமக்கு வேண்டியதைத் தந்துவிடும் என்ற அனுமானம் இதற்கு அடிப்படை. இந்த அனுமானத்தை இன்னும் சோதித்துப்

பார்க்கவில்லை. செய்யும் மொழிபெயர்ப்பையும் மூலத்தில் உள்ள அத்தனை பொருட் கூறுகளையும் கருக்கு அழியாமல் கொண்டுவர வேண்டும் என்ற ஒரே கொள்கையில் செய்கிறோம். இந்த மொழிபெயர்ப்புக் கொள்கையையும் ஆராய வேண்டும்.

அந்திக் கடை ஏன் கசக்கிறது?

மாவட்ட ஆட்சியர் அலுவலகத்து மர நிழலில் சிலர் அமர்ந்து பொது மக்கள் சொல்லச்சொல்ல, அதை மனுவாக அவர்களுக்கு எழுதித்தருவார்கள். எழுத்தறியாதவர்களுக்காக என்று இதைச் சுருக்கிவிடாதீர்கள். எழுதித் தருபவர்களின் மனிதநேயம் இன்னும் ஆழமானது. அந்நியர்கள் காலத்திலிருந்த துபாஷிகள்போல அவர்கள் ஒரு மொழிப் பாலம். அன்றாடத் தமிழில் சொல்வதை ஆட்சித் தமிழுக்கு மாற்றி எழுதுகிறார்கள். மனுதாரர்கள் வீட்டுக் குழந்தைகள் படித்தவர்களாக இருந்தாலும், இதைச் செய்ய முடியாது. நமது ஆட்சியர்களுக்கு எப்போதுமே துபாஷிகள் வேண்டியிருக்கும் வகையில்தான் அவர்களது மொழியும் நமது மொழி பெயர்ப்புகளும் இருக்கின்றன. இடையில் ஒருவர் இல்லாமல் நமது ஜனநாயகத்தில் ஆட்சியாளர்களோடு மக்களால் உரையாட முடியாது.

சென்னை நகரின் பாய்க்கடைப் பகுதியில் ஈவினிங் பஜார் என்று ஒரு கைகாட்டி இருந்தது. 'மாலை அங்காடி' என்று தமிழிலும் எழுதியிருந்தார்கள். நாகப்பட்டினம் கடைத் தெருவில் 'அந்திக் கடை' என்று ஒரு பழைய பகுதி. இரண்டையும் ஒரு மொழிபெயர்ப்பாளர் முன் வைத்தால் அவர் 'மாலை அங்காடி' தான் தன் வேலைக்குப் பொருத்தம் என்பார். பல சரக்குக் கடை இருக்கும்போது நமக்கு ஏன் 'பல்பொருள் அங்காடி' மட்டுமே உவக்கிறது என்பது இப்போது புரியும். மொழிபெயர்ப்பிலும் இலக்கிய நயமுள்ள ஒரு தமிழின் பக்கம்தான் நாம் சாய்கிறோம்.

தமிழுக்கும் ஆங்கிலத்துக்கும் எதிர்பாராத வகையில் ஒரு நெருக்கம் வந்திருக்கிறது. நாம் ஆங்கிலத்திலிருந்து தமிழுக்குச் செய்யும் மொழி பெயர்ப்புகளும் இதற்கு ஒரு காரணம். ஒரு மொழியிலிருந்து இன்னொரு மொழிக்குத் தோலுரித்த சுளையாகக் கருத்து மட்டும் வருவதில்லை. கருத்து, அதன் மொழித் தோலோடுதான் வரும். சிந்தனையாளர்கள் தற்போது செந்தமிழிலேயே எழுதினாலும் அந்த எழுத்துக்கு ஆங்கிலத்திலிருந்து செய்த மொழிபெயர்ப்புப்போல் ஒரு மொழியமைப்பு. ஆங்கிலத்துக்கு அதை மாற்ற வேண்டுமென்றால் அப்படியே, இருந்தது இருந்தவாறே, எளிதாக மாற்றிவிடலாம். அந்த அளவுக்கு ஒரு நெருக்கம். அந்த எழுத்து வேறொரு மொழிக்குள் வந்ததன் அடையாளமாக ஆதாயமோ, சேதாரமோ, அழிமானமோ இல்லாமல் அப்படியே இருக்கும். அழித்து மற்றொரு மொழியில் மீண்டும் செய்ததாக இருக்காது.

இன்றைய தமிழ் உரைநடையைப் பற்றி பேராசிரியர் இ. அண்ணாமலை விரிவாகப் பேசியிருக்கிறார். தன்னை நவீனமாக்கிக்கொண்ட தமிழ்ச் சமுதாயம் நவீனத் தமிழ் ஒன்றை உருவாக்கியிருக்கிறது. நவீனத்தைச் சிந்திப்பதற்கும், பேசுவதற்கும் அது தேவை. புதிய சொற்கள், முன்பு காணாத வாக்கிய அமைப்பு, புதிய வடிவத்தில் சொல்லாடல், வேறுவேறு மொழிநடை—இப்படி மொழியின் எல்லா மட்டங்களிலும், அதன் கட்டமைப்பிலும்கூட, அண்ணாமலை மாற்றத்தைப் பார்க்கிறார். கருத்துக்கு அந்தந்த மொழிக்குரிய உருவமுண்டு. ஆங்கிலத்தைப் பார்த்து வார்த்ததுபோல் தமிழிலும் கருத்து அதே உருவத்தைப் பெற்றுவிடுகிறது என்பார். இரண்டு மொழிகளிலும் புழங்கும் சிந்தனையாளர்களின் பங்கு இதற்கு ஏராளம். தங்கள் மொழிகள் ஆங்கிலத்தோடு நெருங்கிநெருங்கி உருவழிந்துபோகின்றன என்று ஐரோப்பியர்கள் வருந்துகிறார்கள். மொழிப் பயிற்சி என்றாலே அது ஆங்கில மொழிப் பயிற்சிதான் என்று இருக்கும் தமிழ்ச் சமுதாயத்தில் இந்த வருத்தம் இருக்காது.

கருத்தின் மொழிவடிவம்

"நாளை மேட்டூர் அணை திறப்பு" என்று எழுதுகிறோம். இதையே காவிரிப் படுகையில், "என்றைக்குத் தண்ணீர் திறக்கிறார்கள்?" என்று தான் இன்றைக்கும் கேட்கிறார்கள். சிந்தனையை எப்படிப் பற்றி அதை மொழியில் வடிவமைக்கிறோம்? அணை திறந்தால் என்ன வரும் என்பதைப் பற்றிக்கொண்டு தாங்கள் கருதுவதை காவிரிப் படுகையில் உருவமைக்கிறார்கள். திறப்பது என்றால் என்ன என்பதிலேயே நின்றுகொண்டு நாம் அதை வடிவமைக்கிறோம். செயலைக் கருத்துக்கு மட்டுமே எட்டும் பெயர்ச்சொல்லாக மாற்றி அதைப் பற்றிக்கொள்கிறோம். இப்படி, மனம் ஒன்றைப் பற்றும் விதமே ஆங்கில வழிக்குத் திரும்புகிறது. 'நடந்தது' என்று நாம் எழுதுவதில்லை. 'இடம்பெற்றது' என்று எழுதுகிறோம். 'கேட்கிறார்' என்பதை இருமொழிப் பயிற்சியுள்ளவர்கள், 'கேள்வியை எழுப்புகிறார்' என்பார்கள். 'இதற்கு மெனக்கெட வேண்டும்' என்று எழுதுவதில்லை. 'இது அரிய முயற்சியைக் கோருகிறது' என்றுதானே எழுதுகிறோம்! 'மேலே கண்டோம்' என்று தற்போது ஒருவர் எழுதுகிறார். அவர், ஆங்கிலத்தில் இருப்பது போலவே தான் எழுதும் தாளின் மேற்பகுதி அல்லது அதற்கு முன் உள்ள பக்கத்தைச் சொல்கிறார். தமிழில் இதனையே 'கீழே கண்டோம்' என்பார்கள். தங்களின் தர்க்கத்தில் அதற்குமுன் சொன்னதை இப்படிக் குறிக்கிறார்கள். 'மேலே' என்றால் அவர்கள் இனி சொல்லப் போவதில் என்று பொருள். தமிழில், 'கீழும்' 'மேலும்' தர்க்கத்தில் முன் வந்ததையும் பின்னால் வரப்போவதையும் சொல்கின்றன. தாளின் பரப்பையல்ல. 'உள்வாங்குவது' என்றால் ஒரு பரப்பு தன்னால் உள்ளே இழுத்துக்

கொள்வது. ‘மண்டையூரில் மூன்றடி சுற்றளவிலான நிலப் பகுதி திடீரென உள்வாங்கி கிணறுபோல உருவாகியுள்ளது’ என்று தமிழ் இந்துவில் ஒரு செய்தி வந்தது. ‘உள்வாங்கு’ என்பதற்கு பாமரரிடையே இன்னும் புழங்கும் பொருளில் அமைந்த வாக்கியம். ஆனால் நம்மில் பலர் ‘புத்தகங்களை வெறுமனே வாசிப்பது போதாது. அவற்றை உள்வாங்க வேண்டும்’ என்று ஆங்கிலச் சொல்லின் பொருளைத் தமிழுக்கு ஏற்றியும் எழுதுகிறோம். பொருளில் மட்டுமல்ல, வினையின் இலக்கணத்திலும் இங்கே ஆங்கிலம் இருக்கிறது. இந்த வினைச்சொல் தமிழில் முன்னர் செயப்படுபொருள் இல்லாத ஒன்றாக இருந்தது.

மொழிபெயர்ப்புக்கு ஒரு கொள்கை

எல்லாமே பாமரர்களின் பேச்சாக, பேச்சுவழக்காக இருக்க வேண்டும் என்பதல்ல. நவீனமாகிவரும் தமிழ், கீழ்த்தட்டு மொழியிலிருந்து சொற்களைச் சேர்த்துக்கொள்வதில்லை என்கிறார் அண்ணாமலை. ஒரு பக்கம் மொழிக் கலப்பைத் தவிர்க்கிறோம். ஆனால், நவீனமாகும் தமிழ் மறுபக்கம் ஆங்கிலத்தோடு நெருக்கத்தை உண்டாக்கிக்கொள்ளும் முரண் வருகிறது என்கிறார். தெருப்பக்கமாக வரும் சொற்களை உள்ளே வராமல் நிறுத்திவிடுகிறோம். ஆங்கில இலக்கணமும், அந்த மொழியின் கருத்து வடிவமும் சந்தடியில்லாமல் கொல்லைப்புறமாக உள்ளே வந்துவிடுகின்றன. ஆட்சித் தமிழை வளப்படுத்தும் நோக்கத்தில் மொழிபெயர்ப்பவர்கள் இந்த முரணைக் கவனிக்க வேண்டும். மொழிக் கொள்கையானது எந்தத் தமிழில் மொழிபெயர்ப்பது என்பதையும் முடிவு செய்யும் அளவுக்கு வளர வேண்டும். பூதர மாவுக்கும் பொதுப்பணித் துறைக்கும் உள்ள தொடர்பு அப்போது நம் கண்ணுக்குத் தென்படும்.

01.07.2016

* * * * *

சொல் விளக்கம்

அகணி - பனை மட்டைக் காம்பின் வயிற்றுப் பகுதியிலிருந்து உரிக்கும் பட்டை. இதை நாடாபோல் கயிறாகப் பயன்படுத்தலாம்.

அசடுகளை - தென்னை மரத்தின் தலையிலிருக்கும் பன்னாடை, அடி மட்டை முதலியவற்றைக் களைதல்.

அசமடங்கு - அன்றைய வேலைகள் முடிந்து எல்லாரும் வீடுகளுக்குத் திரும்பி ஊர் அமைதியாகும் அந்திக்குச் சற்றுப் பிந்தைய நேரம்.

அண்டை போடு - வரப்பைக் கழித்து, மண்ணை வெட்டி, வரப்பின் அடியில் அறைந்து, அதைப் பலப்படுத்துவது. வரப்பை ஒட்டி வயலிலிருந்தும் மண்ணை வெட்டி இப்படி வரப்பில் அறைவார்கள்.

அத்தைக்கத்தை - நிரந்தரமாக இல்லாமல் அப்போதைக்கு அப்போது.

அதிர் - பாதிக்கும் அளவுக்கு அதிகமாக.

அரிக்காய்ச்சல் - அறுத்துக்கிடக்கும் நெல் அரிகளை அறுவடையான அன்றே கட்டிக் களத்துக்குக் கொண்டுவராமல் வெயிலில் காயுமாறு வயலில் ஒரு நாள் காயப்போடுதல்.

அரிசிக் கூண்டு - அரிசி இருப்பு வைக்கும், மண்ணால் ஆன உயரமான கொள்கலன். ஒரு மூட்டைக்கு மேல் அரிசி கொட்டி வைக்கலாம்.

அரிபோடு - கை கொள்ளும் அளவு நெற்கதிரை அறுத்து இரண்டு மூன்று கை கதிர்களைச் சேர்த்து வயலில் போடுவார்கள். இப்படிச் சேர்த்துப் போடும் அளவு ஒரு அரி. அரிஅரியாகப் போடுவது அரிபோடுவது.

அரைக் குவளை - ஆனைக் குவளைக்கு அரையளவு உயரமுள்ள, அதைவிட அகலமான பெரிய பித்தளைப் பாத்திரம்.

அரையாள் - ஒரு ஆள் செய்யக்கூடிய வேலையைச் செய்ய இயலாத சிறுவர்களாக இருக்கும் விவசாயத் தொழிலாளர். ஒரு ஆளுக்குரிய நாள் சம்பளத்தில் இவருக்குப் பாதி சம்பளம் தருவார்கள்.

அறுத்தோடி - மழைத் தண்ணீர் ஓடுவதால் மண் அரித்து ஏற்படும் பள்ளம்.

அறை - குழந்தை பெறும் பெண் பேறுகாலத்தில் இருக்கும்/இருப்பதற் காகத் தடுத்திருக்கும் வீட்டின் பகுதி.

அறைக் குழந்தை - குழந்தை பிறந்து 11 அல்லது 16 நாட்கள் கழிந்த பிறகு குழந்தையும் தாயும் பிரசவ அறையிலிருந்து வெளியே வருவார்கள். குழந்தை அதுவரை அறைக் குழந்தை.

அன்னம்பிடி - பாளையாக வெளியே வரும் நெல் கதிரின் மணிகளில் முத லில் பால் போன்று திரண்டு வருவது. அரிசிக்கு முந்தைய நிலையில் இறுகிக் கெட்டியாவது.

ஆக்கை - கட்டுவதற்குப் பயன்படும் சிறிய கயிறு போன்றது. எந்தப் பொரு ளால் ஆனதாகவும் இருக்கலாம்.

ஆச்சல் - வண்டிச் சக்கரம் இறங்கினால் வண்டி ஒரு பக்கம் சாயும் அளவுக் குச் சாலையில் வண்டிச்சோட்டில் மழையால் ஏற்படும் ஆழமான பள்ளம்.

ஆதாயம் செலவுகள் - ஒரு வேலை, தொழில் அல்லது இடத்துக்கான வர வும் செலவும், ஏதாவது ஒன்றின் பொருளாதாரம்.

ஆரைக்கீரை - ஒரு தண்டில் நான்கு இலைகளுடன் வாய்க்காலில் முளைத் திருக்கும் அரை அல்லது முக்கால் அடி உயரமுள்ள தாவரம்.

ஆள் - வயல் வேலை செய்யும் ஆண் விவசாயத் தொழிலாளர்.

ஆனைக் குவளை - தண்ணீர் போன்றவற்றை வைத்துக்கொள்ளப் யானை யின் கால் போன்ற வடிவிலிருக்கும் பெரிய, பித்தளைப் பாத்திரம்.

இடவலம் மாற்று - இடது கை மாட்டை வலது கையிலும் வலது கை மாட்டை இடது கையிலுமாக மாற்றிப் பூட்டுவது.

இருந்துபோ - பாரத்தின் அழுத்தத்தால் சக்கரம் சுழலாமல் நிலையாக நிற்பது.

இளநடவு - நட்டுச் சில நாட்களே ஆன, இன்னும் பயிராகாமல் இருக்கும் கட்டம்.

இறைகூடை - வயலிலிருந்தோ வாய்க்காலிலிருந்தோ தண்ணீர் இறைப் பதற்கு மூங்கில் சிம்பால் குல்லாய் போலப் பெரிதாக முடைந்த கூடை. கூடையின் இரண்டு புறமும் நீளமாகக் கயிறு கட்டி அதை இரண்டு நபர் கள் பிடித்துத் தண்ணீர் இறைப்பார்கள்.

ஈடு காட்டுதல் - ஏதாவது ஒன்றுக்கு மற்றொன்றை ஈடாகக் காட்டுவது. வீட்டின் உள்முற்றத்தில் கோடுதிறப்பது ஆதவன் பார்க்க, திறந்த வெளி யில் வைத்துப் பொங்கலிடுவதற்கு ஈடாகக் காட்டும் ஒன்று.

ஈளை - எளிதில் சேறாகாமல், பயிர் வளராமல், வெள்ளையாக இழுஇழு என்று இருக்கும் களிமண் போன்ற மண்.

உஞ்சாமரம் - தேர் ஓடும்போது அதன் பின்சக்கரத்துக்கும் தரைக்கும் இடையில் நெம்புகோல் போல் திணித்து, கோலின் மறுமுனையில் தொங்கி உலுக்கும் நீளமான வாரை.

உணக்கை - குளிர் காலத்தில் உடம்புக்குச் சுகமாக இருக்கும் கதகதப்பு.

உப்பு மரவை - உப்பு வைத்துக்கொள்ள மரத்தில் குடைந்து செய்த கொள் கலன்.

உப்புக்கோடு - தரையில் பெரிய செவ்வகம் ஒன்றைக் காலால் கீறுவார்கள். அதை எதிரும்புதிருமான தடுக்குகளாகத் தடுத்துக்கொள்வார்கள். இந்தத் தடுக்குகளைத் தாண்டி செவ்வகத்தின் மறுமுனைக்குச் செல்ல முடியாதபடி கைகளை விரித்து நின்றுகொண்டு உள்ளே வருபவர்களைத் தடுப்பார்கள். இவர்களை ஏமாற்றி எல்லாத் தடுக்குகளையும் கடந்து மறு முனைக்குச் செல்ல வேண்டும். அப்படிச் சென்றால் உப்பு போய்ச் சேர்ந்துவிட்டது என்று வெற்றியைக் கொண்டாடும் விளையாட்டு.

உழுத சால் - கலப்பை உழுத தடம்.

உள்ளாளி - வண்டிச் சக்கரம் அச்சில் உருளும்போது சக்கரத்தின் மையமான குடம் தேயாமலிருக்க அதில் பொருத்தப்படும் குழாய் வடிவ இரும்பு.

ஊத்தா - சுண்டுவிரல் கனத்தில் மூங்கில் குச்சிகளை இரண்டு அடி உயரத் துக்குச் செங்குத்தாக வைத்து, இடுக்கில் தண்ணீர் மட்டும் போகும்படி வட்டமாகப் பின்னியிருக்கும். குச்சிகளை மேல் பக்கத்தில் உட்புறமாக வளைத்து அந்தப் பக்கம் முக்கால் அடி விட்டத்தில் சிறிய வட்டமாக இருக் கும். கீழ்ப்பகுதி அதைவிடப் பெரிய வட்டமாக இரண்டு அடி விட்டத்தில் இருக்கும். ஓடுகின்ற நீரோடு ஓடும் மீனைப் பிடிக்க இதை அங்கங்கே மணலில் குத்துவார்கள். உள்ளே அகப்படும் மீனை மேலிருந்து கையை விட்டுத் துளாவிப் பிடித்துக்கொள்ளலாம்.

ஊற்று வட்டா - கோடையில் ஆற்று மணலை அப்புறப்படுத்தி ஊற்று தோண்டுவதற்கு ஆல் இலையைப் போலவும், அதைவிட மூன்று நான்கு மடங்கு பெரிதாகவும் இருக்கும், பித்தளையில் செய்த பாத்திரம்.

எக்கல் - ஆற்றின் நீரோட்டத்தாலோ, வெள்ளத்தாலோ மணல் அல்லது மண் ஒரு இடத்தில் குவிந்து மேடான இடம்.

எறவாணம் - கைக்கு எட்டும் உயரத்தில் உள்ள, வீட்டுக் கூரையின் உள் புறம்.

ஏடாங்கரிசி - அந்த ஆண்டு கடைசி அறுவடை நாளில் நல்ல நேரம் பார்த்து அறுவடையை முடித்துக்கொண்டு விவசாயத் தொழிலாளர்களுக்கு வெற்றிலைப்பாக்கு, சந்தனம் வழங்கும் நிகழ்ச்சி.

ஒட்டை - ஆட்காட்டி விரலையும் கட்டை விரலையும் முடிந்தவரை விலக்கிப் பிடித்திருக்கும் அளவு ஒரு ஒட்டை.

கங்கு - வீடு, வைக்கோல் போர் போன்றவற்றின் (முன்பகுதி, பின்பகுதியிலிருந்து வேறான) இடப் பகுதியும் வலப் பகுதியும்.

கசாலை - வீட்டின் சமையல் அறை, அடுப்படி.

கஞ்சங்கோரை - நெல் பத்தாயத்திலும் குதிரிலும் அந்துப்பூச்சி வராமலிருக்கச் செருகிவைக்கும் துளசி போன்ற தோற்றத்திலிருக்கும் செடி.

கட்டு - மூங்கில் கூடையின் வாய்ப் பகுதி பிய்ந்துவிடாமல் நான்கு ஐந்து இடங்களில் பனை அகணியால் சிம்புகளைச் சேர்த்துக் கட்டுவது.

கட்டு வெட்டிப்போடு - வண்டிக்காலைச் சுற்றியிருக்கும் வட்டமான இரும்புப் பட்டையை வெட்டி, சிறு பகுதியை நீக்கி, மீண்டும் இணைத்து நெருப்பில் காய்ச்சி வண்டிக்காலில் பொருத்தி அதை இறுக்குவது.

கட்டுக்கொடுக்காத - அடக்க முடியாத, தன்னிலை இழக்கச் செய்யும் (மகிழ்ச்சி போன்றவை).

கட்டுப் பழுதை - அறுவடையான நெல்லை வயலிலிருந்து கட்டிக் களத்துக்குக் கொண்டுவர நெல் தாளைக் கொண்டு திரித்துக்கொள்ளும் கயிறு போன்றது.

கட்டுமலை - இயற்கையானதாக அல்லாமல் கட்டி உருவாக்கிய சிறிய மலை போன்ற அமைப்பு. சுவாமிமலையைக் கட்டுமலை என்பார்கள்.

கடப்படாதவன் - வயதானதால் வேலை செய்ய உடம்பில் வலு இல்லாதவர்.

கட்ரா - உதடு இல்லாத சிறிய மண் பாத்திரம். பாத்திரையைவிடச் சிறியது.

கடைமடை - ஆறு அல்லது வாய்க்கால் கடைசியாகப் பாசனம் தரும் பகுதி. 'முதல்மடை'க்கு எதிர்ப்பதம்.

கடைமுகம் - ஐப்பசி மாதக் கடைசி நாளில் மயிலாடுதுறை நகருக்குள் ஓடும் காவிரியில் நீராடும், சமயம் சார்ந்த ஒரு வழக்கம்.

கணகணப்பு - நல்ல கை மணியின் ஓசை.

கண்பூளை - இலைக் காம்பு தண்டோடு சேரும் இடத்தில் உளுந்து அளவுக்குப் பூ வைத்திருக்கும் சிறிய செடி.

கணு ஏறு - பறித்து நடுவதற்குக் கால தாமதமாகி, நாற்றுக்கு அதிகமான வய தாகும்போது கரும்புபோல் நாற்றில் கணு உருவாதல்.

கத்தைக் காம்பு - புகையிலைச் செடியின் பாடம்செய்த பட்டை. புகை யிலைக்குப் பதிலாக வெட்டிச் சிறு துண்டாக வாயில் அடக்கிக்கொள்வது.

கதிர்வாங்கு - நெல் பயிரில் ஈட்டிபோலப் பாளையாகக் கதிர் வெளியே வருதல்.

கம்பசேவை மடம் - வைணவ மரபில் உள்ள தெய்வங்களின் படங்களை வைத்து வழிபடும் சிறிய கட்டடம். கிராமங்கள், நகரங்கள் இரண்டிலும் உண்டு. இங்கு ஆண்டுக்கு ஒரு முறை கம்பசேவை விழா நடக்கும். குத்து விளக்கு போன்ற உயரமான விளக்கை ஏற்றி மடத்திலிருந்து தெருக்களுக் குள் பஜனை பாடிக்கொண்டே விளக்கை எடுத்துச்செல்வார்கள். மடத்துக் குத் திரும்பியதும் தளிகை செய்து பூஜை நடக்கும்.

கர்ப்போட்ட காலம் - மார்கழியில் வடகிழக்குப் பருவமழை ஓய்வதற்கு அடையாளமாக வடகிழக்கிலிருந்து தென்மேற்காகப் பஞ்சுப் பொதி போன்ற வெண்மேகங்கள் கூட்டம்கூட்டமாக வானத்தில் ஓடுவது.

கருங்குறுவை - கார் காலத்தில் அறுவடைக்கு வரும் நெல் கருஞ்சிவப்பாக இருக்கும் குறுவை நெற்பயிர்.

கலுங்குப்படு - தண்ணீர் பாய்ந்து அரைகுறையாக நனைந்த களிமண் உழும்போது சேறாகாமல் உருண்டைஉருண்டையாகத் திரண்டுபோவது.

கவணை - மாட்டுக் கொட்டிலில் மாடுகளுக்கு வைக்கும் வைக்கோல் இறையாமல் தடுப்பாக இருக்கும் தட்டி போன்ற அமைப்பு.

கழி - கையில் பிடித்துக்கொள்ளும் மரத்தாலான மண்வெட்டியின் பாகம்.

கள்ளிவட்டம் - மாட்டுப் பொங்கல் அன்று காலையில் சாணத்தைக் கொண்டு நான்கு சிறிய பாத்திகளாகத் தடுத்திருக்கும் அமைப்பு. வீட்டின் உள் முற்றத்தில் இதை வைப்பார்கள். சிலர் மாட்டுக் கொட்டிலில் வைப்ப துண்டு.

களி - களிமண்.

களை துவைப்பு - நெற்பயிர் ஓரளவு வளர்ந்த பிறகு வயலில் முளைத்திருக் கும் களையை நடந்தே சேற்றுக்குள் மிதித்து அமுக்கிவிடுவது.

கன்னி - ஒன்றிரண்டு வயலுக்குத் தண்ணீர் பாய்வதற்கு ஏற்படுத்திக்கொள் ளும் சிறிய வாய்க்கால்.

காதோலை - அணிந்துகொள்வதற்குக் காய்ந்த பனை ஓலையைக் காதில் சுருட்டிச் சிவப்புச் சாயம் தோய்த்திருக்கும் அணி. பதினெட்டாம்பெருக்கு நாளில் காவிரிக்கு வைத்துப் பெண்கள் கும்பிடுவார்கள்.

கார் குறுவை - கார் காலத்தில் அறுவடைக்கு வரும் குறுவை நெற்பயிர்.

காரிக்கன் வேட்டி - தண்ணீரில் நனைத்து ப்ளீச் செய்யாமல் தறியிலிருந்து வரும் வேட்டி.

காற்றுக் கொட்டகை - கோடைக் காலத்தில் காற்றுக்காக வீட்டு வாசலில் போடும் கொட்டகை. சில வீடுகளில் எப்போதுமே இருக்கும்.

கானாஓலை - ஒதியன் இலை அளவுக்கு அகலமான இலைகளுடன் தரையில் படரும் கொடி. கன்றுக்குட்டிக்குப் புல்லாகக் கொடுப்பார்கள்.

கிழிவு - கரைக்கட்டு இல்லாத துணி.

கீழ்மடைக்காரர் - மேல்மடைக்காரருக்கு அடுத்துத் தண்ணீர் பாயும்படி வயல் உடையவர் கீழ்மடைக்காரர்.

குட்டான் - அளவில் சிறிய வைக்கோல் போர்

குடலை - தென்னங் கீற்றை இரண்டாக மடித்து நுனிப் பகுதியை இணைத்து ஓடம்போல் பின்னிக்கொள்ளலாம். மடித்திருக்கும் பக்கம் தலையில் இருக்குமாறு போட்டுக்கொண்டால் மழையின்போது நனையாமல் நடக்கலாம். இது குடலை.

குடிக்கறிச்சட்டி - விவசாயத் தொழிலாளர்கள் வைத்துச் சாப்பிடுவதற்காகப் பயன்படுத்திய மண்ணால் ஆன உண்கலம்.

குடிபடை - கிராமத்தில் அப்போது மிராசுதாரர்களைச் சார்ந்து இருந்த விவசாயத் தொழிலாளர்கள், கொல்லர், தச்சர் போன்றவர்கள்.

குடைக்கல் - ஆட்டுக்கல்.

குணவடை - வடகிழக்கு.

குப்பை - பத்து நாற்று முடிகளை ஒன்று சேர்த்தால் ஒரு குப்பை.

குழிவாங்கு - தென்னம்பிள்ளை, பாகல், புடல், பீர்க்கு போன்றவற்றை நடுவதற்குக் குழி வெட்டுதல்.

குறவஞ்சி - சிலம்ப விளையாட்டில் ஒரு வகை.

குறிஞ்சா - காசு வடிவில் அந்த அளவுக்கு இலைகளைக் கொண்ட வரப்பில் படரும் கொடி.

குறிமொந்தை - வயல் களத்தில் அறுவடையான நெல்லைப் பட்டறையாகப் போட்டுவைப்பார்கள். பட்டறையிலிருந்து யாராவது நெல்லைத் திருடிக்கொண்டால் தெரிவதற்காகக் குவியலாக இருக்கும் பட்டறையில் சாணிப் பாலைக் கொண்டு குறிபோடுவார்கள் இப்படி குறிபோடுவதற்குப் பயன்படும் மூக்கு நீளமான குவளை போன்று தகரத்தில் செய்த சாதனம்.

கூம்பா - ஆழமுள்ள, வாய் அகலமான, பாதம் வைத்து உலோகத்தில் செய் திருக்கும் உண்கலம்.

கொழுமுனை - ஏர்க் கலப்பையில் மண்ணை உழுவதற்கு முக்கோண வடி வில் பொருத்தியிருக்கும் இரும்புப் பட்டை.

கோட்டக்கால் - ஆரங்கள் உருண்டையாக இருக்கும் வண்டிச் சக்கரம்.

கோட்டகம் - கிராமத்தின் கடைமடைப் பகுதியில் தண்ணீர் வடியாமல் தேங்கிக் குளமாக ஆகும் வயல் பகுதி. இதில் உயரமாக வளர விட்ட நாற்றை நடுவார்கள்.

கோட்டு - அறுவடையின்போது ஒரு கை கொள்ளும் அளவு நெல் அறுத் தால் அது ஒரு பிடி. மூன்று, நான்கு பிடி சேர்ந்தால் அது ஒரு அரி. நான்கு அரி சேர்ந்தால் ஒரு கோட்டு. எண்ணிக்கை பயிரின் தரத்தைப் பொறுத்துக் கூடலாம் அல்லது குறையலாம். களத்தில் நெல் அடிக்கும்போது கட்டி லிருந்து கோட்டுகோட்டாக எடுத்து அடிப்பார்கள்.

கோட்டுப் பழுதை - ஒரு கோட்டுக் கதிர்களை களத்தில் அடிப்பதற்காகச் சேர்த்துக் கையில் பிடித்துக்கொள்வதற்கு நெல் தாளில் திரித்துக்கொள்ளும் கயிறு போன்றது.

கோடுதிறத்தல் - கீழத் தஞ்சையில் பொங்கலின்போது திறந்த வெளியில், பொது இடத்தில் பானை வைத்துப் பொங்குவதில்லை. அவரவர் வீட்டில் வைத்துப் பொங்குவார்கள். ஆதவன் பார்க்கப் பொங்க வேண்டும் என்பது வழக்கம். இதற்கு ஈடு காட்டுவதுபோல், அடையாளத்துக்காகப் பானையை அடுப்பில் ஏற்றுவதற்கு முன், உள்முற்றத்தில் அரிவாளால் தெற்கு வடக்காக இரண்டு கோடுகளைக் கீறுவார்கள். இது கோடுதிறப்பது.

சகத்துக்காக - தன் பெருமையைக் காட்டிக்கொள்ளும் வகையில் வேண்டு மென்றே அடுத்தவருக்குப் போட்டியாக.

சஞ்சாயம் - அன்றைய வேலைக்கு அன்றைக்கே சம்பளம் பெறும் முறை.

சமநிலைப் பொறி - ஆற்றின் குறுக்கே கட்டியிருக்கும் பலகைகளைக் கொண்ட மதகு. இந்தப் பலகைகளைத் தூக்கி அல்லது இறக்கி, தண்ணீர் வெளியேறும் அளவைக் கூட்டலாம் அல்லது குறைக்கலாம்.

சருக்கை - ஆற்றங்கரையை நீரோட்டம் அரிக்காமல் இருக்கச் செங்கல் அல் லது கான்க்ரீட் கட்டாயங்களால் சரிவாகக் கட்டும் கரை.

சார் - இடுக்கு வழியாகத் தண்ணீர் ஓடலாம், ஆனால் மீன் போக முடியாத வாறு ஈச்ச மட்டையின் சிம்புகளைக் கொண்டு நெருக்கிப் பின்னியிருக்கும் வேலி போன்றது. இதை நீர் ஓடும் வாய்க்காலின் குறுக்கே குத்திவைப்பார்கள்.

சாவடிக் கட்டடங்கள் - அரசு அதிகாரிகள் கிராமங்களுக்கு வந்தால் அவர்கள் இருப்பதற்காக முன்பு இருந்த ஓட்டுக் கட்டடம்.

சிலால் - மீனின் தலைப் பகுதியில் இடத்திலும் வலத்திலும் சுவாசத்துக்காக இருக்கும் திறப்பு. இவற்றை அகலமான பிலால் (செதில்) மூடியிருக்கும். இதன் வழியே ஒரு கோரையை நுழைத்து அதை வாய் வழியாக இழுத்துப் பிடிபட்ட மீன்களைக் கோத்து எடுத்துச்செல்லலாம்.

சீமைக் காட்டாமணி - நெய்வேலிக் காட்டாமணி.

சீலைப்பில் - கொழுகொழுவென்று வரப்பில் மண்டும் ஒரு வகைப் புல்.

சுக்கான் - பொதுவாக, களிமண்ணில் நுணா மரத்தின் காய் அளவுக்கு இருக்கும் கல்.

சுக்குமத்தடி - ஐயனார் கோயில் வீரன் இடது கையில் பிடித்திருக்கும் கனமான தடி.

சுடலை - கார்த்திகை மாதக் கார்த்திகை நாளில் காயவைத்த பனை மட்டைகளைக் கோபுரம்போல் கட்டிச் சொக்கப்பனை கொளுத்துவார்கள். சுடலை என்பது பனை மட்டை எரியும்போது வெந்து சாம்பலாகிக் காற்றில் பறக்கும் மட்டையின் ஓலை.

சுதந்திரம் - குத்தகை, வாரம் தராமல் நட்டு அறுவடை செய்துகொள்ளும் படி பண்ணை ஆட்களிடம் விட்டுவைக்கும் பண்ணை நிலம்.

சுவரொட்டி விளக்கு - சுவரில் அடித்த ஆணியில் மாட்டி எரியும், கண்ணாடிக்கூடு உள்ள மண்ணெண்ணெய் விளக்கு.

சுள்ளாப்பு - அதட்டி விரட்டத் தேவையில்லாமல் மாடுகள் தானாகவே சுறுசுறுப்பாக வேலை செய்வது.

சூள்கட்டு - முதிர்ந்த நெற் பயிரின் உள்ளே கதிர் உருவாகி இருக்கும் நிலை.

சூறாவளி - வண்டிச் சக்கரம் போல் நெல்லி மரத்தில் செய்திருக்கும் இதன் மேல் கல்லை வட்டமாக அடுக்கி அதற்குள் இருக்கும் மண்ணைத் தோண்டி அப்புறப்படுத்தினால் கேணி உருவாகும்.

செங்காமட்டி - செங்கல்லைப் பொடித்துப் பெறும் தூள்.

செருகளம் - போர்க்களம்.

செருமி - நெருக்கி.

சொடு - பொடுபொடுவென்று மழை தூறிக்கொண்டிருப்பது.

சோடி பிரித்துச் சேர் - ஒரு சோடியைப் பிரித்து மாடு ஒவ்வொன்றையும் வேறு ஒரு மாட்டோடு சோடி சேர்ப்பது.

சோடுபிடி - வண்டியில் பூட்டி நடக்கும் மாடுகள் வண்டிச்சோட்டிலிருந்து விலகாமல் நடப்பது.

தரிசுவெளி - கோடையில் பொட்டலாகக் கிடக்கும் வயல்வெளி.

தலைகூட்டு - வைக்கோலைப் போராகப் போடும்போது மழைத் தண்ணீர் உள்ளே இறங்காமல் கங்கில் வழியுமாறு கூரைபோல முதுகுப் பகுதியை அமைத்தல்.

தவிட்டுக் கூண்டு - நெல் அரைக்கும்போது வரும் தவிட்டை மாட்டுக்காக இருப்பு வைக்கும், மண்ணால் ஆன கொள்கலன். இது மார்பு அளவு உயர மிருக்கும்.

தாதர் - மார்கழி மாதத்தில் வெள்ளி முளைக்கும் நேரத்தில் தெருக்களில் சேமக்கலம் வாசித்துச் சங்கு ஊதுபவர். இப்படி ஒரு சாதி உண்டு.

தாரி - மஞ்சள் செடியின் அடிப்பகுதியாக கைவிரல்கள்போல விரிந்து படர்ந்த கிழங்கு.

திரங்கு - உரிய வளர்ச்சியில்லாமல் இளம் வயதிலும் முதிர்ந்த தோற்றத்தில் இருப்பது.

திரை - வழக்கமான வைக்கோல் கட்டின் அளவைவிடப் பெரிதாக இருக்கு மாறு வைக்கோல் பிரிகளின் மேல் உதறிச் சுருட்டிக் கட்டும் வைக்கோல் கட்டு.

தீத்தாங்கள் - மண் தரையை வழவழப்பாகத் தீத்தி வைத்துக்கொள்ள பயன்படுத்தும் கையளவு கருங்கல்.

தீத்து - வண்டல், சாணம் கலந்து மெழுகி வீட்டுத் தரையைத் தீத்தாங் கல்லைக் கொண்டு தேய்த்துத்தேய்த்து வழவழப்பாக்குதல்.

துலவாக்குழி - கத்தரி, மிளகாய்த் தோட்டத்துக்கு ஏற்றம் கொண்டு இறைக் கும் அளவு தண்ணீர் ஊறுவதற்கு படுகை ஓரத்தில் ஆற்றுக்குள் கோடையில் வெட்டும் குழி.

துலுக்காணம் - சிலம்ப விளையாட்டில் ஒரு வகை.

தூவாளி - தவிடுபோல மெத்தென்று படிந்திருக்கும் சன்னமான ஆற்று மணல்.

துவை - புதிதாக வாங்கிய மண்வெட்டியின் வாய்ப் பகுதியை உலையில் காய்ச்சி அடித்து மண்ணை வெட்டுவதற்குத் தகுந்தவாறு மெலிதாக்குதல்.

தூர் - பாத்திரத்தில் அடிப் பகுதியின் வெளிப்புறம்.

தெத்து - கீற்று முடைவதில் இரண்டு கட்டங்கள் உண்டு. முதல் கட்டம் ஒரு ஓலையை மடக்கி அதன்மீது இரண்டு ஓலைகளை வைத்துப் பின்னுவது. இரண்டாவது கட்டம், மேலும் இரண்டு மூன்று ஓலைகளை வைத்துப் பின்னித் தலைகட்டுவது. முதல் கட்டத்தைத் தெத்துவது என்போம்.

தேத்தாகொட்டை - ஆனி, ஆடியில் காவிரியில் வரும் புதுத் தண்ணீரின் வண்டல் கீழே இறங்குவதற்குக் குடத்து நீரில் இழைத்துவிடும் அரை நெல்லிக்காய் அளவு உள்ள தேத்தா மரத்தின் கொட்டை.

தோண்டிக்கால் - தண்ணீர் வடிய நாற்றங்காலின் நான்கு ஓரங்களிலும் சேற்றில் அழுந்த ஒரு கருங்கல்லைக் கட்டி இழுப்பார்கள். கல் அழுந்தி உருவாகும் வாய்க்கால் தோண்டிக்கால்.

நடவாள் - நடவு நடும் வேலையைச் செய்யும் பெண் விவசாயத் தொழிலாளர்.

நடவு வயல் உழவு - நடவு செய்யப்போகும் வயலில் உழும் வேலை.

நத்தம் - குடியிருப்புப் பகுதியாகப் பயன்படும் நிலம். நஞ்சை, புஞ்சை போன்ற நிலப் பாகுபாடுகளில் ஒன்று.

நறுவிசு - அழகோடு வேலையின் ஒழுங்கு.

நாற்றங்கால் - நாற்று பறிக்காமல் இருக்கும் வயலைக் குறிப்பது.

நாற்றங்கால் உழவு - நாற்றங்கால் சேறாவதற்குச் செய்யும் உழவு வேலை.

நாற்று முடி - கை கொள்ளும் அளவுக்கு இரண்டு கைகளிலும் பறித்த நாற்றை ஒன்றுசேர்த்து முடிவது ஒரு நாற்று முடி.

நாற்றுப்பறி - நடவுக்காக நாற்றங்காலில் வளர்ந்திருக்கும் நாற்றைப் பறிக்கும் வேலை

நிலைப்படி - வாசல் நிலையின் நான்கு சட்டங்களில் தரையில் இருப்பது.

நிறை மரக்கால் - மரக்காலின் வாய்வரை நெல்லைப் பரப்பி, அதன்மேல் வெற்றிலைப்பாக்கு வைத்திருந்தால் அது நிறை மரக்கால்.

நிறைநாழி - ஒரு படியை நெல்லால் நிறைத்து, அந்த நெல்லின் மேல் கைவிளக்கு ஒன்றை ஏற்றிவைத்திருப்பது.

நிறைபாரம் - வண்டி கொள்ளும் அளவுக்குச் சற்றும் குறையாத பாரம்.

நீர்த்தம்பம் - தூண்போல உருவம் எடுக்கும் தண்ணீர்.

நீராணிக்கம் - பாய் வாய்க்கால், வடி வாய்க்காலைத் திறந்து, அடைத்து கிராமத்துக்கு நீர்ப் பாசன வேலை செய்வதற்குக் கிராமத்தாரால் தரப்படும் பொறுப்பு.

நீரிடி - குறிப்பிட்ட சிறிய பரப்பில் மிக அதிகமாகத் தொடர்ந்து பெய்யும் மழை. அணை உடைந்து வரும் தண்ணீர்போல வானத்திலிருந்து கொட்டும்.

நெற்றிப் பொட்டு - கை அளவுக்கு நெற்றியில் வெள்ளையாக இருக்கும் பொட்டு.

பகைப்புலம் - பகைவர்களின் நாடு, பகுதி.

பச்சையும் பாளையுமாக - நெல் முற்றாமல் இருக்கும்போது

பஞ்சை - வசதி இல்லாத, வறுமைப்பட்ட, சேமிப்பு இல்லாத.

பட்டக்கால் - அறுவடை முடிந்த வயல் கோடை முழுவதும் பயிர் இல்லாமல் தரிசாகக் கிடக்கும் இது பட்டக்கால்.

படிச்சட்டம் - கோயிலில் சாமி புறப்பாட்டின்போது விக்கிரகத்தை வைத்துக் கட்டித் தோளில் தூக்கிச் செல்லுவதற்காக மரச்சட்டம், பலகைகளால் ஆன சதுரமான தளம்.

பண்டம்பாடி - வீட்டில் பயன்படுத்தும் பித்தளைப் பாத்திரங்கள்.

பண்டி - சட்டியின் அடிப்பகுதி; வாய் பகுதியைவிடச் சற்று அகலாமல் இருக்கும்.

பத்தி - நூல் பிடித்து ஒழுங்குபடுத்தியதுபோல் இருக்கும் வரிசை.

பருவம் காண் - ஊறவைத்த நெல் விதை முளைக்கும்போது வெள்ளையாக முளை வெளியே வருதல்.

பல்லாவை - எண்ணெய் வைத்துக்கொள்ளும் மண் குடம்.

பறியங்கால் - நாற்று பறித்த பிறகு இருக்கும் வயலைக் குறிப்பது.

பனை வாரை - பனை மரத்தை நெட்டுவாக்கில் உடைத்துச் செத்தி நீளமாகத் தயாரிக்கும் சட்டம் போன்றது. வீட்டுக் கூரைக்குப் பயன்படுத்துவார்கள். மூங்கில்போல் காலாகவும் பயன்படும்.

பாத்திரை - உதடு இல்லாத பாத்திரம்.

பாய்க் கோரை - பாய் முடையப் பயன்படும் கோரை.

பால்கட்டு - பாளைபோல் வெளியே வரும் நெற்கதிரின் மணியில் அரிசியாக இறுகுவதற்கு முன் பால் நிறைதல்.

பாலாடை மரம் - வேரிலிருந்து பத்து அடி நீளமுள்ள பனைமரத்தின் துண்டி லிருந்து ஒரு பக்கமாக அகழ்ந்து எடுத்துவிட்டால் மரம் வாய்க்கால் போலாகும். ஆற்று ஓரமுள்ள துலவாக்குழியிலிருந்து தண்ணீர் இறைத்துப்

படுகைக்கு அனுப்ப இதை வாய்க்காலாகப் பயன்படுத்தலாம். மரத்திலும் இதுபோல ஒரு பக்கம் கைப்பிடி வைத்து செய்துகொள்ளலாம். முக்காலியில் கயிறு கட்டி இதைத் தொங்கவிட்டு வாய்க்காலிலிருந்து வயலுக்குத் தண்ணீர் இறைக்கலாம். இரண்டுமே பாலாடைபோல் இருப்பதால் பாலாடை மரம்.

பில்பசலி - அறுவடைக்குச் சில நாள் முன்பே, வயலில் ஈரம் இருக்கும்போது தெளிக்கும் ஒரு பயறு வகை. இதைப் பசுந்தாள் உரமாகத் தெளிப்பார்கள்.

பிலுப்பு - ஒரே இடத்தில் விழாதவாறு விசிறிக் கொட்டுதல்.

பின்னைக்கொட்டை - புன்னை மரத்தின் உருண்டையான கொட்டை. இதைக் காயவைத்துச் செக்கில் ஆட்டி விளக்கு எரிக்கும் எண்ணெய் எடுக்க லாம்.

புடை - பம்பரம்போல் இருக்கும் மண் பானையில் அதிகமான சுற்றளவு உள்ள பகுதி.

புரவி எடுப்பு - மண் குதிரைகளைச் சுட்டு வண்ணம் தீட்டி ஐயனார் கோயிலுக்கு வாரை கட்டித் தூக்கிச் செல்லும் விழா.

புழுதி உழவு - தண்ணீர் பாய்ச்சாமல் வயலைப் புழுதியாக உழுவது.

புறணி - 1.மட்டை போன்றவற்றின் முதுகுப் புறம். 2. வயலில் மேடிட் டிருக்கும், தணிக்க வேண்டிய இடம்.

பூங்கார்ப்பு - கோடையில் காய்ந்து வெடித்திருக்கும் வயலில் தண்ணீர் பாய்ச்சியவுடன் மண் மலர்ந்துவிடும். மண் இப்படி இளகுவது பூங்கார்ப்பு.

பூரங்கழி - சிவன் கோயில் ஆடிப் பூர விழாவில் வயதுக்கு வந்த பெண்ணுக் குத் தலைக்கு ஊற்றுவது போல் அம்மனுக்கு தலைக்கு ஊற்றுதல்.

பூரணி மாடு - பூரணமான கொம்போடு இருக்கும் மைசூர் வகை மாடு.

பொங்கல்கூறு - தைப்பொங்கலின்போது பொங்கல் பானையில் பொங்கி வரும் நுரையைப் பார்த்தவுடன் ‘‘பொங்கலோ பொங்கல்’’ என்று எல் லாரும் உரக்கச் சொல்வது.

பொட்டுவண்டி - பயணம் செய்வதற்குக் கூண்டு வைத்துச் செய்திருக்கும் சிறிய வண்டி.

பொடுதலை - சிறிய இலைகளுடன் கொடியின் முடிச்சுகளில் வேர் இறங்கி ஆற்றுப் படுகையில் தரையோடு படரும் தாவரம்.

பொரிக் குடம் - அவலைப் பொரித்து வெல்லப் பாகு, எள், தேங்காய்ப் பல் கலந்து நிரப்பி, தாய்மாமன் பெண்ணின் வளைகாப்புக்குக் கொண்டு போகும் மண் பானை.

பொருக்கு - தண்ணீர் வறண்டு, காய்ந்து வெடித்திருக்கும் குளத்து மண்.

பொழி - கரை ததும்ப வரும் தண்ணீர், கரையை உடைக்காமல் தாண்டி மறுபக்கம் இறங்கி ஓடுவது.

பொன்னேர் கட்டு - நல்ல நாளில் அந்த ஆண்டு சாகுபடிக்காக ஒரு சடங்கு போல் வயலை உழுவது. அப்போதே சம்பிரதாயமாக விதை தெளிப்பதும் உண்டு.

மசண்டை - அந்திக்குச் சற்றுப் பிந்தைய, வெளிச்சமும் இல்லாத, இருளும் இல்லாத நேரம்.

மணல் கொழி - நீரோட்டம் நின்ற பிறகு ஆற்று மணலில் அலைகளின் சிறு சுவடுகள் படிந்திருக்கும். இப்படியே வானத்தில் மேகங்கள் சிறுசிறு அலைகளாக உறைந்திருப்பதை வானம் மணல் கொழித்திருக்கிறது என்பார்கள். இது மழை ஓய்ந்துவிட்டதற்கு அடையாளம்.

மதலை - கைகளை அஞ்சலியாகச் சேர்த்துக் கூப்பியபடி உள்ள சுடுமண் உருவம். வேண்டுதலுக்காக வாங்கிக் கோயிலில் வைப்பது.

மறுதாம்புக் காய் - மிளகாய் போன்றவை இரண்டு மூன்று ஈடு காய்த்து ஓயும்போது காய்க்கும் காய்.

மாறு - வெட்டிக் கழித்தல்.

மீன்முள் - கணுவுக்குக் கணு உள்ள முடிச்சுகளில் உறுதியான முள்ளோடு வரப்பில் வளரும் தாவரம். நீல நிறத்தில் பூக்கும்.

முக்காலி - உயரமான மூன்று மூங்கில்களை பிரமிட் போல நட்டுவைத்து, உச்சியிலிருந்து கயிறு கட்டி அதில் பாலாடை மரத்தைத் தொங்கவிட்டுத் தண்ணீர் இறைக்கலாம்.

முடைசல் - ஓடும் தண்ணீரின் வேகத்தை மட்டுப்படுத்தி, கரை இடியாமல் காப்பதற்கு ஆற்றுக்குள் நீட்டிக் கட்டிவைக்கும் வேலி போன்ற அமைப்பு.

முட்டாடிய/முட்டாடு - விரிவான பரப்பில் இருக்கும் மேட்டைத் தணித்து வயலைச் சமமாக்குவதற்கு, அந்தப் பரப்பில் மண்ணைச் செத்தி ஒரு சிறிய இடத்தில் உயரமான முட்டாகப் போடுவது. இம்முறையில் செத்திய மண்ணை வண்டி வைத்து அங்கிருந்து அப்புறப்படுத்த வேண்டியதில்லை.

முண்டாசுக் கோரை - பாய் முடையப் பயன்படாத கோரை.

முதல் - ஒரு நாற்று முடியிலிருந்து மூன்று, நான்கு நாற்றுகளைக் கிள்ளி வயலில் நடுவார்கள். இப்படி நட்ட நாற்றின் பெயர் முதல்.

முதல்மடைக்காரர் - வாய்க்கால் பிரியும் இடத்தில் முதலில் தண்ணீர் பாயும் வயல் உடையவர்.

முள்ளந்தண்டு - கொண்டையிலிருந்து இடுப்பில் வால் துவங்கும் இடம் வரையுள்ள (வண்டி) மாட்டின் முதுகெலும்பு.

முற்றவெளி - கோயிலின் சாமிப் புறப்பாட்டில் கருவறையிலிருந்து சாமி வரும்போதும், கருவறைக்குத் திரும்பிச்செல்லும்போதும் நின்று மரியாதை பெறும் திறந்த வெ௱ரி.

மூக்கணை - பாரவண்டி நீளத்துக்கு அதன் மையத்தில் நெட்டுவாக்கில் பொருத்தி நுகத்தடியோடு இணைந்திருக்கும் மரம்.

மூன்றாங்கொம்பு - ஒரு விதைப்பு முறை. விதைநெல்லை ஒரு பகல் ஊறப் போட்டு மாலையில் கரையேற்றுவார்கள். மறுநாள் முழுதும் தண்ணீர் ஊற்றி நனைத்துக்கொண்டிருப்பார்கள். மாலையில் விதைநெல் முளைத்து வெள்ளையாகக் கொம்புபோல் முளை வெளியே வரும். தண்ணீர் கட்டி யிருக்கும் நாற்றங்காலில் இந்த விதையைத் தெளிப்பார்கள். இந்த முறை மூன்றாங்கொம்பு.

மூன்றாந்தண்ணீர் - விதை தெளித்த மறுநாள் தண்ணீரை வடிய விட்டு நாற்றங்காலைக் காயவிடுவார்கள். மூன்றாவது நாள் தண்ணீர் பாய்ச்சுவது மூன்றாந்தண்ணீர்.

மேல்மடைக்காரர் - ஆற்றிலிருந்து பிரியும் வாய்க்காலில் துவக்கத்திலேயே தண்ணீர் பாயும் வயலை உடையவர் மேல்மடைக்காரர்.

மொழுக்கம் பானை - அச்சு போடாமல், புடையை மழுக்கிச் செய்திருக்கும் மண் பானை.

ரோக்கா - பலசரக்குக் கடை போன்றவற்றில் சாமான்களை நிறுத்துப் பொட்டலம் போடுவதற்காகக் கடை கணக்குப்பிள்ளை வாங்குபவர் சொல்லச் சொல்ல எழுதிக்கொள்ளும் பட்டியல்.

வடும்பு - வேலி கட்டும்போது மூங்கில் முள்ளை ஐந்தடி உயரத்துக்குச் செங்குத்தாகவும், கனமாகவும் வரிசையாக வைப்பார்கள். இவை குத்துமுள். இவற்றைச் சேர்த்துப் பிடித்துக்கொள்ளும் வகையில், குறுக்குவசத்தில் நீளமான முள்ளை வைத்துக் குத்துமுள்ளோடு சேர்த்துக் கட்டுவார்கள். இப்படிக் குறுக்காக முக்கால் அடி இடைவெளிவிட்டு, நான்கு, ஐந்து வரிகள் இருப்பதுபோல் கட்டுவார்கள். குறுக்காக வைக்கும் இந்த முள்ளுக்கு வடும்பு என்று பெயர். இது வடும்பு முள்.

வண்டிக்கால் - பொட்டுவண்டி, கட்டைவண்டியின் சக்கரம்.

வண்டிச்சோடு - மண் சாலையிலும், கோடைக் காலத்தில் வயலிலும் வண்டிச் சக்கரம் உருண்டுஉருண்டு உண்டாகும் தடம்.

வயல் நிரவு - சேற்று உழவு செய்த வயல் ஒரே மட்டமாக இருப்பதற்காக மேடு பள்ளம் நிரவுதல்.

வயற்களம் - தை மாதம் அறுவடைக்கு அங்கங்கே தற்காலிகமாக வயலுக்கு உள்ளேயே ஏற்படுத்திக்கொள்ளும் களம்.

வரையோடு - சோளம், அவல் போன்றவற்றைப் பொரிப்பதற்காகத் தண்ணீரில் நனைக்காமல் வைத்திருக்கும் மண் சட்டி.

வலியன் அரிசி - நெல்லை வாங்கி நகரங்களில் அவித்து, அரைத்து விலைக்கு விற்கும் அரிசி. இதைத் தொழிலாகச் செய்பவர்கள் இருக்கும் தெரு வலியங்காரத் தெரு.

வாங்களை - வரப்பிலிருந்து வயலுக்குள் நீண்டு வளரும் மார்கழி மாதக் களை.

வாரி - பல வடிகால்கள் வந்து விழும் பெரிய வடிகால்.

விட்டோட்டம் - உருவத்தில் ஒன்றுக்கு ஒன்று பொருத்தமில்லாமல் இருப்பது.

விதைக் கிரயம் - விதைநெல்லுக்கு விலையாகக் கொடுப்பது.

விதைப்பகை - விதை தெளித்த மறுநாள் மழை பெய்து நாற்றங்காலில் தண்ணீர் தேங்குவது.

விதைப்பழுது - தண்ணீரில் ஊறப்போடும் விதை முளைக்காமல் இருந்தால் அல்லது வயலில் தெளித்த பிறகு முளைக்காமல் இருந்தால் அந்த நிலைமையை விதைப்பழுது என்பார்கள்.

விதைப்பு - நாற்று விட்டு, பறித்து வயலில் நடவு செய்யாமல் வயலைப் புழுதியாக உழுது, விதையைத் தெளித்து விடும் முறை.

விரசாக - நடக்கும்போது வேகமாக.

விறா - அடுப்பில் வைத்து எரிக்கும் விறகு.

வீடு கட்டுதல் - பதினெட்டாம்பெருக்கு நாளில் ஆற்றிலிருந்து அள்ளிவரும் மணலால் கை வரப்புபோல் வைத்துப் பெண்கள் நின்று காவிரியை வணங்கும் அளவுக்குப் படுகையில் சதுரமான வீடு கட்டுவது.

வெங்கார் - கோடையில் காய்ந்து வெடித்துக் கிடக்கும் வயலில் ஆற்றில் தண்ணீர் வந்ததும் முதலில் பாய்ச்சும் தண்ணீர்.

வெட்டுக் கூடை - மண்ணை வெட்டித் தலைச் சுமையாக அள்ளிச்சென்று கொட்ட வேண்டிய இடத்தில் விசிறிக் கொட்டுவதற்கான தட்டு போன்ற கூடை.

வெட்டுமாலை - வயலின் மேடான பகுதியைத் தணிப்பதற்கு பாத்தி போல் வெட்டி அங்கிருந்து கட்டிகளாக மண்ணை வெளியேற்றுவார்கள். இப்படி வெட்டிய இடத்துக்கு வெட்டுமாலை என்று பெயர்.

வெடுவால் - *(உம்பளச்சேரி வகை மாடுகளுக்கு)* முடி வெள்ளையாக இருக்கும் வால்.

வெள்விதை - நாற்றங்காலைப் புழுதியாக உழுது, ஊற வைக்காத விதையைத் தெளித்து, பிறகு நாற்றங்காலுக்குத் தண்ணீர் பாய்ச்சுவது வெள்விதை.

* * * * *

க்ரியாவின் வெளியீடுகளைப் பெறுவதற்கு

* அலுவலக நேரங்களில் (9.00 a.m. to 5.00 p.m.) எங்களுடைய தொலைபேசி எண்கள் *7299905950 / 044-42020283* ஆகியவற்றுக்குத் தொடர்பு கொண்டு புத்தகங்கள் வாங்கலாம்.

* மயிலாப்பூரில் ராமகிருஷ்ண மடத்துக்கு எதிரே உள்ள க்ரியா புத்தகக் கடைக்கு நேரடியாகச் சென்றும் புத்தகங்களை (10.00 a.m. to 7.30 p.m.) வாங்கிக்கொள்ளலாம். தொடர்புக்கு: *9551661806*.

* க்ரியாவின் இணையதளத்திலிருந்து (www.crea.in) நேரடியாகப் புத்தகங்களை வாங்கலாம்.

* சில நிர்வாகக் காரணங்களை முன்னிட்டு க்ரியா தன்னுடைய புத்தகங்களை வி.பி.பியின் மூலம் அனுப்புவதில்லை. ஆகையால் நீங்கள் பண விடை (M.O.) அல்லது வரைவோலை (DD) அனுப்பிப் புத்தகங்களைப் பெறலாம்.

* க்ரியாவின் வங்கிக் கணக்கில் நேரடியாகப் பணம் செலுத்தி எங்களுக்குத் தகவல் தெரிவித்தால் புத்தகங்கள் உடனே அனுப்பப்படும்.

எங்கள் வங்கிக் கணக்கின் விவரங்கள்:

Account Name: CREA PUBLISHERS
Account No.: 768660941
Bank: Indian Bank
Branch: L.B. Road Branch
IFSC: IDIB 000 L006